AF748221

खान-पान-ज्ञान

विष्णू मनोहर

सकाळ प्रकाशन

Khaan-Paan-Dnyaan

© Vishnu Manohar, 2024

खान-पान-ज्ञान

© विष्णू मनोहर, २०२४

प्रथम आवृत्ती : ऑगस्ट २०२४

प्रकाशक : सकाळ मीडिया प्रा. लि.
५९५, बुधवार पेठ,
पुणे ४११ ००२

संपादन : ऐश्वर्या कुमठेकर

मुखपृष्ठ व मांडणी : यशोधन लोवलेकर

मुद्रणस्थळ : विकास प्रिंटिंग ॲण्ड कॅरिअर्स प्रा. लि.
प्लॉट नं. ३२, एमआयडीसी, सातपूर, नाशिक

ISBN : 978-81-977101-1-7

संपर्क : ०२०-२४४० ५६७८ / ८८८८८ ४९०५०
sakalprakashan@esakal.com

© All rights reserved.
No part of this publication may be reproduced or transmitted in any form or by any means, electronically or mechanically, including photocopying, recording, broadcasting, pod casting of any information storage or retrieval system without prior permission in writing form the writer or in accordance with the provisions of the Copy Right Act (१९५६) (as amended). Any person who does any unauthorised act in relation to this publication may be liable to criminal prosecution and civil claims for damages.

Disclaimer :
Although the author has taken every effort to ensure that the information in this book was correct at the time of printing, the author and publisher do not assume and hereby disclaim any liability to any party, society for any loss, damage, or disruption caused by errors or omissions, whether such errors and omissions are caused due to negligence, accident, amendment in Act, Rules, Bye laws or any other cause. The views expressed in this book are those of the Authors and do not necessarily reflect the views of the Publishers.

खानपानाच्या शौकिनांना...

अनुक्रमणिका

०५

पारंपरिक मिष्टान्नं

०६

डेझर्ट

पेयं

दूध

नवजात बालकाचं जन्माला आल्यानंतरचं पहिलं अन्न म्हणजे दूध! मनुष्यप्राण्यांमध्ये तान्ह्या बाळांपासून वृद्धांपर्यंत आणि इतर सस्तन प्राण्यांमध्ये त्यांच्या पिल्लांना आवश्यक असणारा पदार्थ म्हणजे दूध. जोपर्यंत बालक दुसरं कोणतंही अन्न खाण्यासाठी तयार नसतं, तोपर्यंत दूध हेच त्याचं मुख्य अन्न असतं. दुधात ८५% पाणी आणि उरलेले १५% प्रोटीन, कॅल्शियम, व्हिटॅमिन बी, ए, डी, के, इ; याशिवाय फॉस्फरस, मॅग्नेशियम, आयोडिन आणि चरबी असते. यामुळे दुधातून शरीराला आवश्यक ती ऊर्जा प्राप्त होते. भारतात गाईचं, शेळीचं, उंटिणीचं, गाढवीचं दूध सेवन करतात. सगळ्यांत जास्त, म्हणजे साधारण ९१.५% पाणी गाढवीच्या दुधात असतं. घोडीच्या दुधात ९०.१%, मानवी दुधात ८७.४%, गाईच्या दुधात ८७.२%, उंटिणीच्या दुधात ८६.५%, बकरीच्या दुधात ८६.९% पाणी असतं.

गाईच्या दुधात कोलेस्ट्रॉल नसतं. आयुर्वेदामध्ये गाईचं ताजं दूध उत्तम मानलं जातं. म्हशीच्या दुधात ०.६५ मिलीग्रॅम कोलेस्ट्रॉल असतं. म्हशीच्या दुधात गाईच्या दुधाच्या तुलनेत ९२% कॅल्शियम, ०.३७% लोह, ११८% फॉस्फरस असतं. काही डॉक्टरांच्या मते म्हशीच्या दुधात कोलेस्ट्रॉल कमी असतं आणि मिनरल जास्त असतात. आजकाल जे पॅक्ड दूध येतं, त्यामध्ये काही मोठ्या कंपन्या व्हिटॅमिन ए, लोह आणि कॅल्शियम हे घटक वरून दुधात मिसळतात. यामध्येसुद्धा फुल क्रीम, टोन्ड, डबल टोन्ड असे वेगवेगळे प्रकार असतात. आजकाल वेगवेगळ्या प्रकारच्या स्वादांचं दूध अधिकाधिक लोकप्रिय होत आहे. फुल क्रीम दुधात पूर्ण मलई असते. त्यामुळे यात स्निग्धांश जास्त प्रमाणात असतात. या क्षेत्रातील तज्ज्ञ मंडळींच्या मते लहान मुलांसाठी फुल क्रीम, तर मोठ्या माणसांसाठी कमी स्निग्धांश असलेलं दूध उत्तम असतं.

- **स्टँडर्ड दूध :** या दुधातून क्रीम काढून घेऊन ५% स्निग्धांश ठेवले जातात.
- **फुल क्रीम दूध :** या दुधामध्ये जेवढे स्निग्धांश असतात, ते तसेच ठेवून दूध पाश्चराइज करतात.
- **टोन्ड दूध :** हे दूध पाणी आणि दूध पावडर मिसळून तयार करतात. यामध्ये ३% स्निग्धांश असतात.
- **डबल टोन्ड दूध :** यामध्ये १.५% स्निग्धांश असतात.
- **फिल्ड (Filled) दूध :** या दुधातून चरबी काढून वनस्पतीपासून तयार केलेली चरबी मिसळली जाते. त्यामुळे याला 'फिल्ड दूध' असं म्हणतात.
- **सोया दूध किंवा सोया मिल्क :** हे सोयाबीन्सपासून तयार होणारं दूध आहे. सोयाबीन हे कडधान्य/डाळवर्गीय प्रकारात मोडतं. सोयाबीनची मोठ्या प्रमाणावर निर्यात करण्यात अमेरिका, ब्राझील, अर्जेंटिना इत्यादी देश आघाडीवर आहेत. सोयाबीन उत्पादनात भारत पाचव्या क्रमांकावर आहे. भारतात मध्य प्रदेश (६२%), महाराष्ट्र (२७%), राजस्थान (८%), इतर राज्यं (३%) ही राज्यं मुख्यत्वेकरून सोयाबीनचं उत्पादन घेतात.

  सोयाबीनमधील प्रथिनांचं प्रमाण इतर डाळवर्गीय तसंच शेंगदाणे यांच्यापेक्षा दुपटीनं जास्त आणि अंडी, गाईचं दूध यापेक्षा तिपटीनं जास्त असतं. गाईच्या दुधातील प्रथिनांसारखीच त्याची गुणवत्ता उत्तम असून त्यात ग्लायसिन,

ट्रिप्टोफॅन आणि लायसिन ही अत्यावश्यक अमिनो ॲसिड्स असतात. सोयाबीनमध्ये सर्वसाधारण स्निग्ध पदार्थांचं प्रमाण २०% असून त्यात महत्त्वाची फॅटी ॲसिड्स, लेसिथिन, ए आणि डी जीवनसत्त्वं तसंच फॉस्फरस आणि कॅल्शियम ही क्षारयुक्त द्रव्यं असतात.

१ किलो सोयाबीनपासून साधारणपणे ८ लिटर सोया दूध मिळतं. यातली पोषक द्रव्यं गाईच्या दुधासारखीच असतात. सोया दूध तयार करण्यासाठी सोयाबीन्स ६-८ तास भिजवून ठेवतात. त्यामुळे सोयाबीनची सालं काढणं सोपं होतं. नंतर गरम पाणी मिसळून सोयाबीन वाटून घेतात. हे वाटण मस्लिन कापडातून गाळल्यानंतर खाली जमा होणारं द्रव्य म्हणजेच सोया दूध. गाळताना कपड्यात राहणारा चोथा विविध अन्नपदार्थ आणि पशुखाद्य तयार करण्यासाठी वापरला जातो. तयार झालेलं सोया दूध साधारण १० मिनिटं उकळून थंड केलं जातं. सोया दुधापासून पनीर, आइसक्रीम, दही, लस्सी, मठ्ठा, रसगुल्ला, श्रीखंड, आम्रखंड इ. पदार्थ तयार करता येतात.

- **नारळाचं दूध :** नारळाचं दूध साधारणपणे समुद्र किनारपट्टी लाभलेल्या भागांत जास्त वापरलं जातं. महाराष्ट्र, कर्नाटक आणि केरळ या राज्यांमधला किनारपट्टीचा प्रदेश, गोवा या सगळ्या भागांत नारळांचं उत्पादन जास्त होत असल्यामुळे इथे केल्या जाणाऱ्या अनेक खाद्यपदार्थांमध्ये नारळ आणि नारळाच्या दुधाचा बराच वापर होतो. इथल्या लोकांची सकाळ नारळ फोडण्यापासूनच सुरू होते, असं म्हटलं तरी वावगं ठरणार नाही.

नारळाचं दूध काढताना पहिलं दूध, दुसरं दूध आणि तिसरं दूध असे प्रकारही असतात आणि त्याचा वापरही वेगवेगळा असतो. नारळाचं दूध काढण्यासाठी नारळ सोलून त्यातील ओल्या नारळाचा पांढरा भाग खवून घेतात. यात शक्यतो करवंटीची खरवड येणार नाही याची काळजी घेतात. नंतर मिक्सरमध्ये किंवा पाट्या-वरवंट्यावर हे खवलेलं खोबरं वाटून घेतात. वाटलेलं मिश्रण पातळ, स्वच्छ कापडातून गाळतात. वर राहिलेल्या चोथ्यामध्ये कोमट पाणी घालून पुन्हा गाळून घेतात. असं तीन वेळा करतात. पहिल्या वेळी गाळून आलेलं दूध जास्त दाट असतं. दुसऱ्या आणि तिसऱ्या वेळी आलेलं दूध थोडं पातळ असतं. आजकाल बाजारात नारळ दूध तयार मिळतं. नारळाच्या दुधाची पावडर आणि क्रीमसुद्धा मिळतं.

वर नमूद केलेल्या दुधांच्या विविध प्रकारांशिवाय इतरही प्रकारांनी दूध तयार केलं जातं. काही धान्यं आणि मोड येणाऱ्या जवळपास सगळ्या कडधान्यांपासून दूध तयार होऊ शकतं. मटकी, शेंगदाणे, तीळ, काजू, बदाम यांपासून मी दूध तयार करून पाहिलं आहे. यांपैकी ज्या दुधांमध्ये स्निग्धांश जास्त असतो, अशा दुधांपासून दही, पनीर, टोफू इत्यादी प्रकार तयार होतात.

दुधापासून तयार होणारे पदार्थ

दूध भुकटी (दुधाची पावडर) : ज्या ठिकाणी दूध उपलब्ध नसतं, अशा ठिकाणी दूध पावडर कामी येऊ शकते. इन्स्टंट मिठायांमध्ये दूध पावडरचा उपयोग मोठ्या प्रमाणात केला जातो. दूध पावडर तयार करण्यापूर्वी दुधात आवश्यक ते घटक ठेवून बाकी घटक वेगळे केले जातात. मग या दुधाला विशिष्ट तापमानावर तापवून एका गरम खोलीमध्ये स्प्रे करतात. यामुळे दूध खाली पडताना त्याचं रूपांतर भुकटीमध्ये होतं.

बेबी फूड : बाजारात वेगवेगळ्या प्रकारची बेबी फूड्स मिळतात. हे बेबी फूड दुधानंतर प्रत्यक्ष अन्नसेवन करण्यापूर्वी दुधाची सवय तोडण्यासाठी बाळाला देतात. बाळाच्या शरीराला आवश्यक असे प्रोटीन्स, व्हिटामिन्स, मिनरल्स मिसळून बेबी फूड तयार करतात. बेबी फूड तयार करताना त्यामध्ये काही प्रमाणात गव्हाचा कोंडा, तांदूळ, स्टार्च इत्यादींचा पूरक म्हणून वापर करतात.

दही : दुधापासून दही लावतात. दही लावण्याच्या वेगवेगळ्या पद्धती आहेत. दही मोठ्या प्रमाणात लावायचं असेल, तर एका मोठ्या भांड्यात न लावता अनेक लहान भांड्यांमध्ये लावावं. याचं कारण एकाच मोठ्या भांड्यात दही लावलं, तर दह्याच्या स्वतःच्या वजनानं त्या दह्याला पाणी सुटतं. दही लावण्याच्या आधी दूध १०० डिग्री सेल्सियस तापमानावर गरम करून ४० डिग्रीपर्यंत थंड करून घ्यावं. नंतर त्यामध्ये अगदी कमी प्रमाणात दह्याचं विरजण घालून दही लावावं. काही ठिकाणी मातीच्या भांड्यात दही लावतात. मातीच्या भांड्यात दही लावल्यानं जास्तीचं पाणी भांड्यात शोषलं जातं. याशिवाय मातीच्या भांड्याचा वापर केल्यामुळे दही होण्याच्या प्रक्रियेदरम्यान त्यामध्ये काही वेगळे बॅक्टेरिया तयार होतात, ज्यामुळे दह्याला एक वेगळा स्वाद येतो. ज्यांना दूध पचत नाही, असे लोक दुधाऐवजी दही

खातात. दह्यामध्ये कॅल्शियम आणि प्रोटीन अधिक प्रमाणात असते.

मिष्टी दही : हा प्रकार कोलकाता, बंगालमध्ये बराच प्रसिद्ध आहे. हे दही लावताना साखरेचं कॅरॅमल तयार करतात. ते दुधात मिसळून दूध थोडं घट्ट करून यात खजुराचा गूळ घालतात. नंतर याचं दही लावतात. हे दही फुल क्रीम दुधापासून तयार केलं असेल, तर आणखी छान लागतं.

फ्लेवर्ड दही : यामध्ये एखाद्या फळाचा अर्क, रंग आणि गोडवा घातलेला असतो. अशा दह्यापासून चक्का तयार करून डेझर्टचा एक नवीन प्रकार उदयाला आला आहे. आइसक्रीमसारखी याची पार्लर्स निघालेली आहे. या कामी दह्याऐवजी योगर्टचा वापर करतात. योगर्ट म्हणजे दही नव्हे. त्यात फरक आहे. योगर्टसुद्धा दह्यासारखंच तयार करतात, पण या प्रकारचं दही लागण्यासाठी वेगळे बॅक्टेरिया आवश्यक असतात. त्याला जमवण्याकरिता यात दोन प्रकारचे बॅक्टेरिया मिसळतात. हे बॅक्टेरिया दुधात मिसळल्यानंतर सहा-सात तासांनी योगर्ट तयार होतं. अशा प्रक्रियेतून तयार झालेलं योगर्ट चांगलं लागतं. यांतला दुसरा प्रकार म्हणजे प्रोबायोटिक योगर्ट. हा प्रकार अजून तितकासा प्रचलित नाही.

असं हे बहुगुणी दूध, पृथ्वीतलावरचं जणू अमृत!

चहा

चीनचे लोक चहाला देवता मानतात. चीनमध्ये चहा पिण्यासाठी एक विशिष्ट जागा असते. चीनप्रमाणेच जपानमध्येही 'चहा'देवतेचा आदर केला जातो. चीन हे चहाचं मूळ मानलं जातं. त्यानंतर तिथून त्याचा प्रसार जपान आणि मलेशियामध्ये झाला. चहाची चव ही मुख्यत्वे चहा करण्यासाठी वापरलेल्या पाण्यावर अवलंबून असते, असं चिनी लोक मानतात. त्यासाठी जहाजातून कित्येक मैल दूर प्रवास करून, पाणी आणूनही त्यांनी चहा केला आहे.

चहासंबंधित एक आख्यायिका चीनमध्ये सांगितली जाते. फार-फार वर्षांपूर्वी चीनमध्ये 'शेनॉंग' नावाचा राजा राज्य करीत होता. त्याचा वनस्पतिशास्त्राचा चांगला अभ्यास होता. त्यामुळे तो सतत आपल्या मोठ्या बागेत वेगवेगळ्या वनस्पतींची पानं, फुलं, मुळ्या यांवर संशोधन करीत असे आणि विरंगुळा म्हणून गरम पाणी पीत असे. असाच एकदा तो बागेत असताना सेवकानं त्याच्यासाठी एका भांड्यात गरम पाणी आणून ठेवलं. त्या वेळी वारा सुटला असल्यामुळं आजूबाजूच्या झाडांची वाळलेली पानं उडायला लागली आणि त्यातील एक-दोन पानं राजाच्या पाण्यात पडली. राजानं ही पानं तशीच पाण्यात राहू दिली. पानांचा पाण्यावर काय परिणाम होतो हे पाहावं, असं त्याच्यातल्या संशोधकाला वाटलं. काही वेळानंतर त्यानं ते पाणी प्यायलं घेतलं, तेव्हा त्या पाण्याचा रंग थोडा बदललेला दिसला आणि पाण्याला मंद सुवासही येत होता. ते पाणी प्यायल्यानंतर थोडी तरतरी आल्याचंही त्याला जाणवलं. त्यातूनच पुढे जगाला वेड लावणाऱ्या चहा या पेयाचा जन्म झाला.

आपण सध्या ज्या पद्धतीनं चहा पितो, तो फारच वेगळा आहे. पण पूर्वी चहा हा औषध म्हणून वापरला जात असे. असं म्हणतात की, चहाची पानं चावून खाल्ली असता शरीरातील अनावश्यक विषारी बॅक्टेरिया नाश पावतात.

भारतात आसामजवळच्या प्रदेशांत चहाचं उत्पादन घेतलं जाई. मात्र त्याला व्यावसायिक स्वरूप नव्हतं. पुढे ब्रिटिशांनी चहाच्या लागवडीला व्यावसायिक

स्वरूप दिलं. इंग्रज लोक सुरुवातीला चीनकडून चहा घेत असत, कारण त्या वेळी चहाचं मोठ्या प्रमाणात उत्पादन फक्त चीनमध्येच होत होतं. चीनकडून चहा घेऊन त्या बदल्यात इंग्रज त्यांना चांदी देत असत. कालांतरानं चांदी देणं अशक्य झाल्यावर ब्रिटननं चीनला चहाच्या बदल्यात अफू आणि गांजा देणं सुरू केलं. यामुळे कालांतरानं चिनी तरुणांना अफूचं, गांजाचं व्यसन लागलं आणि चहाच्या उत्पादनावर त्याचा परिणाम झाला. चीनमधल्या राज्यकर्त्यांनी तरुणांना या व्यसनांतून बाहेर काढण्याचे खूप प्रयत्न केले पण त्याचा फारसा परिणाम झाला नाही. साहजिकच धूर्त ब्रिटिशांनी चहा लागवडीसाठी पर्याय शोधायला सुरुवात केली. त्यांना तो पर्याय भारतात सापडला. भारतात स्थानिक पातळीवर चहाची लागवड होत होतीच. ब्रिटिश लष्करी अधिकारी मि. ब्रुस आणि चार्लटन यांनी भारतातल्या चहा-लागवडीसाठीचं संशोधन केलं आणि भारतात मोठ्या प्रमाणावर चहाची निर्मिती होऊ शकते, हा निष्कर्ष काढला. आसाम, निलगिरी पर्वतराजीचा काही भाग, दार्जिलिंग आणि डेहराडून इथल्या जमिनींची त्यासाठी निवड करण्यात आली. चहाच्या मळ्यांसाठी १० ते १५ वर्षांसाठी भाडं न घेता जमिनी उपलब्ध करून देऊन सामान्य माणसांना या कामासाठी प्रोत्साहित करण्यात आलं. याचबरोबर मोठ्या प्रमाणात इतर सवलतीही दिल्यामुळे अनेक लोक या व्यवसायाकडे आकर्षित झाले. १५० एकर जमिनीचा एक भाग, अशा हजारो भागांमध्ये चहाची लागवड सुरू केली. अशा पद्धतीनं चहालागवडीला

भारतात व्यावसायिक स्वरूप प्राप्त झालं आणि ब्रिटिशांना चीनकडून चहा घेण्यासाठी दुसरा ठोस पर्याय मिळाला. मोठ्या प्रमाणातल्या या चहालागवडीसाठी तितक्या प्रमाणात मजुरांचीही गरज भासू लागली. याकरता मग ब्रिटिशांनी बंगाल, बिहार, ओडिशा इथल्या दुष्काळी प्रदेशातून मजूर आणले. चहालागवडीच्या या घटनांना एक दुःखाची काळी किनारदेखील आहे. या कामासाठी आणलेल्या मजुरांना अनेक संकटांचा सामना करावा लागला. हे कमी म्हणून की काय, त्यांच्यावर अमानुष अत्याचारही झाले.

चहाचं नाममाहात्म्य

चीनमध्ये बहुतांश प्रदेशात चहाला 'चा' म्हणतात. पण चीनच्या किनारी प्रदेशात चहाला 'ते' किंवा 'टे' असं म्हणतात. त्यातूनच चहाला 'टी' आणि 'चाय' अशी नावं मिळाली. आता जगभरात तो 'टी' किंवा 'चाय' म्हणून ओळखला जातो.

चहाच्या अनेक जातींपैकी 'बादशाही चहा' हा सगळ्यांत उत्तम चहा समजला जातो. हा चहा थंड हवेत होतो. त्याची पानं नाजूक असतात. ती वसंत ऋतूच्या अखेरीस आणि ग्रीष्माच्या सुरुवातीला तोडण्यात येतात. पानं सुकवून, पद्धतशीर शेकून घेतल्यावर त्याची प्रतवारी केली जाते. जगात जवळपास ८००-१००० प्रकारचे चहा अस्तित्वात आहेत. चहाचे वेगवेगळे स्वाद एकत्र करून नवीन चवी निर्माण केल्या गेल्या. हे काम अतिशय कौशल्याचं असतं आणि ते करण्यासाठी यातील तज्ज्ञ मंडळींना घसघशीत मोबदला दिला जातो.

आता अनेक ठिकाणी टी-बोर्डसुद्धा निघाले आहेत. मुंबईतल्या फोर्ट भागात जर कधी गेलात, तर तिथल्या टी-बोर्डला अवश्य भेट द्या. चहाच्या बाजारात सध्या ब्लॅक टी, लेमन टी, ग्रीन टी, जिंजर टी, मसाला चाय, चॉकलेट टी असे वेगवेगळ्या स्वादांचे चहा उपलब्ध आहेत. काहींच्या मते चहाची पानं जेवढी जास्त उकळाल, तेवढा चहा चांगला होतो. माझ्या मते मात्र चहाला कमीत कमी उकळी दिली, तर चहाला योग्य अशी चव येते.

चहा तयार करण्याचे वेगवेगळे प्रकार आहेत. काही लोक चहामध्ये घालायचे दूध वेगळे गरम करून घेतात. दुसरीकडे पाण्यात साखर, चहापत्ती, आलं घालून एक उकळी आल्यावर चहा झाकून ठेवतात. या क्रियेला 'चहा बसवणं' असं म्हणतात. झाकल्यामुळे उकळताना वर आलेली चहापत्ती हळूहळू तळाशी जाते आणि चहा अलगदपणे न गाळतासुद्धा कपात ओतून घेता येतो. नंतर यात दूध घालतात. काही

लोक दूध-पाणी एकत्र करून साखर आणि चहापत्ती घालून उकळतात. पंजाब भागात अनेक ठिकाणी दूध तापवून थोडं घट्ट करून घेतात. नंतर यात साखर आणि चहापत्ती घालून उकळतात आणि गाळून प्यायला देतात.

असा झाला चहा तिखट...

मी लहान असताना एकदा आमच्या घरी बाबांचे मित्र कविश्रेष्ठ सुरेश भट आणि प्रदीप निफाळकर आले होते. त्या वेळी पाऊस पडत होता. घरी आल्यावर त्यांनी फर्मान सोडलं. ''विष्णू, बढिया अद्रकवाली, तीखी चाय बनाओ.'' 'तीखी' हा शब्द ऐकून मी एका वेगळ्या कृतीची योजना केली आणि त्याप्रमाणे चहा करून दिला. ती कृती इथे देतोय -

४ कप दूध आणि १ कप पाणी एकत्र उकळत ठेवावं. नंतर यात ४ चमचे किसलेलं आलं आणि चवीनुसार साखर घालावी. त्याचबरोबर चिमूटभर मीठ आणि दोन चिमूट लाल तिखट घालावं. सर्वांत शेवटी ४ चमचे चहापत्ती घालून एकत्र करावं. पहिली उकळी आल्यावर लगेच चहा गाळून घ्यावा. गाळणीतली चहापत्ती पिळायला विसरू नका. या चहाची चव अप्रतिम लागते. हा चहा देताना यात तिखट घातलंय असं सांगू नका. चहा पिणाऱ्याला स्वाद आल्याचा लागलेला असेल, पण जिभेवर तिखटपणा मात्र मिरचीचा असेल.

अशी ही आपली 'चाय पे चर्चा' आता इथे थांबवू या!

कॉफी

कॉफी म्हटलं की मला माझं लहानपण आठवतं. त्या वेळी घरी कुणी पाहुणा आला आणि त्यातही तो कॉफी घेणारा असेल, तर त्याचं अप्रूप असे. कॉफी घेणारा म्हणजे कुणीतरी खास, वेगळा माणूस असं त्या काळी आमच्या घरात समीकरण होतं. त्या काळी कॉफीच्या वड्या बाजारात मिळत. चार आणे, आठ आणे किंवा रुपया अशा किंमतीला मिळणाऱ्या त्या वड्या कागदात बांधून देत असत. कॉफी करताना आई त्यामध्ये जायफळ किसून घालायची. कॉफी आणणं आणि जायफळ किसून देणं ही कामं माझ्याकडे असायची. जायफळ किसण्याकरिता बारीक जाळीची किसणी आमच्याकडे होती. अशी खास तयार झालेली कॉफी ज्या पाहुण्याला दिली जायची, त्याच्याकडे आम्ही मुलं चोरून, कुतूहलानं बघत असू. हीच माझी कॉफीशी झालेली पहिली ओळख! पुढे मोठेपणी 'इंडियन कॉफी हाऊस'मध्ये जायला लागलो. तिथे टिपिकल फिल्टर कॉफी, त्याबरोबर ब्रेड टोस्ट, कधीकधी ऑम्लेट असा मेनू असे. कालौघात कॉफीमध्ये बरेच बदल घडत गेले.

मुळात कॉफी ही इथियोपियाच्या डोंगराळ प्रदेशातली मानली जाते. त्याचबरोबर लॅटिन अमेरिका, आफ्रिका, व्हिएतनाम, इंडोनेशिया इत्यादी ठिकाणीही कॉफीचं बरंच उत्पादन होतं. युरोपमध्ये सतराव्या शतकात कॉफी प्रसिद्ध झाली. कॉफीबाबत एक आख्यायिका सांगितली जाते की, इथियोपियातला एक गुराखी आपल्या बकऱ्या जंगलात चरायला नेत असे. त्या बकऱ्या एका विशिष्ट फळाच्या झाडाशी जाऊन तपकिरी रंगाची लालसर फळं खात असत. ती फळं खाल्ल्यावर त्यांच्यात एक वेगळा उत्साह निर्माण होतो, असं त्या गुराख्याला जाणवलं. त्यानंही ते फळ खाऊन बघितलं असता त्याला त्या फळांचा कडवट असा स्वाद आवडला. मग त्यानं पाण्यामध्ये ते फळ उकळून एक पेय बनवलं. अशा तऱ्हेनं इथियोपियामध्ये कॉफीचा जन्म झाला. इथियोपियामधून लवकरच कॉफीचा प्रसार येमेनपर्यंत झाला. सुफी संतही या पेयाचा वापर करत. तिथे कॉफीला 'काहवा' असं नाव मिळालं.

'काहवा' म्हणजे उत्तेजना निर्माण करणारं पेय! कालांतरानं कॉफीचा प्रसार येमेन, इराण, सीरिया, तुर्की अशा देशांत झाला आणि त्या त्या ठिकाणी वेगवेगळ्या नावानं ते पेय ओळखलं जाऊ लागलं. पंधराव्या शतकापर्यंत मक्का इथेही कॉफी लोकप्रिय झाली. कॉफीच्या लोकप्रियतेमुळे कॉफी हाऊसची निर्मिती झाली. तिथे बसून लोक कॉफी पिता पिता मुशायरे, संगीत ऐकणं, बुद्धीबळासारखे खेळ खेळणं, विविध विषयांवर चर्चा करणं, तसंच व्यापार आणि त्याच्याशी निगडित गाठीभेटी घेत असत.

मक्का आणि इस्तंबूल येथील धार्मिक संघटनांनी कॉफीवर निर्बंध आणण्याचे प्रयत्नसुद्धा केले. कॉफीमुळे संस्कृती बिघडेल असं त्यांना वाटे. पण ते काही शक्य झालं नाही. आता मात्र जगभरात कॉफीची एक वेगळी संस्कृती तयार झालेली आहे.

पूर्वी भारतातून युरोपमध्ये कॉफी आयात केली जात असे. सतराव्या शतकाच्या सुरुवातीला 'ईस्ट इंडिया कंपनी' आणि 'डच ईस्ट इंडिया कंपनी' मोका बंदरावरून मोठ्या प्रमाणात कॉफी घेत असत. तिथेसुद्धा कॉफीला मुस्लीम पेय मानून वेगळ्या नजरेनं बघत असत. परंतु सोळाव्या शतकादरम्यान आठवा पोप क्लीमेंट यानं ही कॉफी पिऊन पाहिली. त्याची चव आवडल्यानं सगळ्यांना पिण्यासाठी कॉफी मुक्त असावी असं फर्मानच त्यांनी काढलं. त्यानंतर कॉफी पश्चिमी देशात मोठ्या प्रमाणात प्रसिद्ध झाली.

कॉफी तयार करण्याच्या आणि पिण्याच्या पद्धतीही देशागणिक बदललेल्या दिसून येतात. अरब देशांत कॉफी पिण्याची एक वेगळी परंपरा आहे. आखाती देशांतली कॉफी थोडी कडवट असते. म्हणून त्यात वेलची, जायफळ इत्यादींचा वापर करतात. तिथे कुणी पाहुणा आल्यानंतर थोड्या वेळानंतर त्याला कॉफी देतात. कारण पाहुणा आल्यावर लगेच कॉफी देणं म्हणजे त्याला 'जा' सांगण्यासारखं आहे, असं समजलं जातं.

कॉफीचा आणखी एक आगळावेगळा प्रकार म्हणजे 'लुवाक' कॉफी. मी बालीला (इंडोनेशिया) गेलो असताना या प्रकारच्या कॉफीची चव अनुभवायला मिळाली. तयार केलेल्या कॉफीची चव उत्कृष्ट होती. पण या 'लुवाक' कॉफीच्या बिया तयार करण्याची पद्धत थोडी वेगळी आहे. यासाठी कॉफीच्या झाडांवर सिवेट नावाचा प्राणी सोडतात. तो कॉफीची फळं खातो. त्यातला गर पचवल्यावर उरलेल्या बिया तो विष्ठेवाटे बाहेर टाकतो. विष्ठेत असलेल्या या बियांना स्वच्छ करून, वाळवून मग त्याची कॉफी पावडर तयार करतात. बालीमध्ये अशा प्रकारे विशिष्ट कॉफी बनविण्याचे मोठाले मळे आहेत.

भारतात कॉफीचा प्रवेश झाला तो बाबा बुदान या यात्रेकरूमुळे. ते मक्केला यात्रेसाठी गेले असताना येमेनमधल्या मोका प्रांतात बराच काळ वास्तव्याला राहिले होते. ईस्ट इंडिया कंपनी याच मोका बंदरामधून कॉफी आयात करत असे. आत्ताचा जो 'मोका' हा कॉफीचा प्रकार प्रचलित झाला आहे, तो कदाचित यावरूनच आला असावा असं मला वाटतं. बाबा बुदान यांना कॉफीचा येमेनमधल्या कॉफीचा तो स्वाद इतका आवडला, की ही कॉफी त्यांनी भारतात आणली. मात्र त्यासाठी त्यांना बरेच कष्ट पडले. भारतात आल्यावर कॉफीच्या लागवडीसाठी त्यांनी कर्नाटकात चिकमंगळूर इथली एक टेकडी निवडली आणि तिथे कॉफीच्या बियांची लागवड केली. अशा तऱ्हेनं भारतातील कॉफीच्या लागवडीची सुरुवात झाली. अजूनही तिथल्या टेकड्यांना बाबा बुदान टेकडी म्हणून ओळखतात.

भारतात नंतर प्रचलित झाली ती दक्षिणेतली फिल्टर कॉफी! फिल्टर कॉफीचा एक घोट घेतल्यावर खऱ्या अर्थानं डोक्यावरील ओझं हलकं झाल्याचा अनुभव मला स्वत:ला आला आहे. कॉफी तयार करण्याची साधी पद्धत आहे. विशिष्ट प्रकारच्या कॉफीच्या बिया वाटून त्यांची पावडर तयार करतात. त्यापासून वेगवेगळ्या प्रकारच्या कॉफीचे फ्लेवर्स तयार होतात. आता तर इन्स्टंट कॉफीचा जमाना आलेला आहे.

यामध्ये साखरेचं कॅरॅमल तयार करून त्यामध्ये कॉफीचे इसेन्स घालून त्याचा स्प्रे विशिष्ट तापमान असलेल्या खोलीत घालून इन्स्टंट कॉफी तयार करतात.

सध्या प्रचलित असलेल्या कॉफीचे प्रकार पाहू या :

- **एस्प्रेसो :** यालाच 'ब्लॅक कॉफी' असंही म्हणतात. हा कॉफीचा शुद्ध प्रकार मानला जातो. जगात कॉफीचे जितकेही प्रकार आहेत, ते यापासूनच तयार केले जातात. हा कॉफीचा 'हार्ड' प्रकार म्हणून ओळखला जातो. जगभरात हा प्रकार फार मोठ्या प्रमाणात विकला जातो. पाणी गरम करून त्यात एस्प्रेसो पावडर आणि साखर घालून ही कॉफी बनविली जाते.
- **एस्प्रेसो मॅचिआटो :** हा एस्प्रेसोचाच एक वेगळा प्रकार आहे. पण यात दूध घालतात, त्यामुळे त्याची चव बदलते. कॉफीच्या या प्रकारात स्टीम केलेलं दूध घातलं जातं.
- **कॅपचीनो :** जगभरातल्या प्रत्येक कॉफी चेनमध्ये हा प्रकार अवश्य उपलब्ध असतो. कॉफीच्या या प्रकारात एस्प्रेसो कॉफीमध्ये दूध घातलं जातं. नंतर यात चॉकलेट सिरप आणि चॉकलेट पावडरनं गार्निश केलं जातं.
- **कॅफे लॅते :** या प्रकारात एस्प्रेसो कॉफीत तिप्पट दूध घातलं जातं. यात दुधाचं प्रमाण अधिक असल्यामुळे याला पांढरा रंग येतो. यात साखरही घालतात.
- **मोचाचीनो :** मोचाचीनो हा प्रकार कॅपचीनो कॉफीत कोको पावडर घालून तयार करतात. यात व्हिप्ड क्रीमचा वापर करून कॉफीवर गार्निशिंग करतात.
- **अमेरिकानो :** या प्रकारची कॉफी जगभरात सर्वांत जास्त प्रमाणात प्यायली जाते. कॉफीच्या या प्रकारात एस्प्रेसो कॉफीमध्ये अर्धा कप गरम पाणी, थोडं दूध आणि साखर घातलेली असते.
- **आयरिश कॉफी :** जगातील प्रसिद्ध कॉफीच्या प्रकारांत हा कॉफीचा प्रकार मोडतो. कॉफीच्या विशिष्ट प्रकारच्या दुकानातच या प्रकारची कॉफी मिळते. ही कॉफी तयार करताना यामध्ये व्हिस्की एस्प्रेसो आणि साखरेचा वापर केलेला असतो.
- **इंडियन फिल्टर कॉफी :** हा कॉफीचा प्रकार दक्षिण भारतात तयार झालेला आहे. यामध्ये कॉफीच्या वाळवलेल्या बिया बारीक करून घेतात. नंतर त्या गरम पाण्याबरोबर फिल्टर करून त्यात दूध आणि साखर घालतात. कॉफीच्या

इतर प्रकारांपेक्षा हा कॉफीचा प्रकार थोडा गोड असतो.

- **तुर्किश कॉफी :** या प्रकारच्या कॉफीमध्ये कॉफीच्या वाळवलेल्या बिया बारीक करून त्याची पावडर करून घेतात. ही पावडर गरम पाण्यात घालून उकळवतात. यामुळे त्याला एक वेगळा स्वाद येतो. नंतर यातील पाणी संपूर्णपणे आटवतात. उरलेल्या पावडरमध्ये वेगवेगळे फ्लेवर्स मिसळून कॉफी पावडर तयार होते.
- **व्हाईट कॉफी :** हा कॉफीचा प्रकार मलेशियाची खासियत म्हणून ओळखला जातो. यामध्ये पाम तेलात कॉफीच्या बिया भाजून घेतात. नंतर त्यात दूध आणि साखर घालून कॉफी तयार करतात.

न्याहारी

पोहे

पोह्यांचं आणि आपलं नातं खूप प्राचीन आहे. पोह्यांशी आपली ओळख होते ती सुदाम्यानं श्रीकृष्णाला दिलेल्या पोह्यांच्या गोष्टीतून. आपल्या बालमित्राला - श्रीकृष्णाला भेटायला जाताना सुदाम्यानं पोह्यांची निवड केली होती. चतुर्थीला भक्तांच्या घरी विराजमान झालेले गणपतीबाप्पा आपल्या घरी निघाले, की त्यांनाही वाटेत खाण्यासाठी म्हणून दहीपोह्यांची शिदोरी बरोबर बांधून दिली जाते. भुकेच्या वेळी पटकन खाता येणारे हे बहुगुणी पोहे!

लहानपणीची छोटीशी भूक कितीतरी वेळा दूध-पोहे किंवा दही-पोह्यांवर भागवली जाते. लहान वयात जर पोहे खाल्ले असतील, तर पुढच्या वयात पचनाच्या, खरं तर अपचनाच्या तक्रारी नक्कीच कमी होतात; कारण पोहे ॲन्टासिड म्हणून काम करतात. आयुर्वेदात 'पृथुका' या नावानं ओळखले जाणारे मूठभर पातळ पोहे सकाळी काहीही खाण्याआधी खाल्ले, तर अपचनाचा त्रास कमी होतो. भाजलेले पोहे पचायला हलके आणि तहान कमी करणारे असतात. दही किंवा दुधाबरोबर खाल्ले जाणारे पोहे तत्काळ भूक भागवतात. नारळाचं दूध किंवा गुळाबरोबर खाल्ले, तर मात्र ते पचायला जड असतात. पोह्यांमध्ये जाड पोहे, पातळ पोहे, बुटक्याचे पोहे, लाल पोहे आणि आता नायनॉल पोहे यांसारखे विविध प्रकार असतात. न्याहारीसाठी पोहे हा एक उत्तम पदार्थ आहे. आपण जे कांदेपोहे किंवा बटाटेपोहे खातो ते पचायला थोडे जड असले, तरी ते खाण्यानं काही अपाय होत नाही. मधुमेह, रक्तदाब, हृदयविकार यांसारखा कोणताही आजार असेल, तरी पोहे खाल्ल्यानं अपाय होत नाही.

आपला आवडता पदार्थ ध्यानीमनी नसताना अचानकपणे खायला मिळाला, तर आनंद तर होतोच, पण आश्चर्यही वाटतं. असाच अनुभव मला उत्तराखंडमध्ये कौसानीला आला. डिसेंबर महिन्यातली थंडी आणि सकाळची वेळ असल्यानं भूक लागली होती. कौसानीच्या रस्त्यावरून फेरफटका मारताना एका ठिकाणी

काही खायला घ्यावं म्हणून थांबलो होतो. तिथून खमंग वास येऊ लागल्यानं माझे पाय आपोआपच आत वळले. आतमध्ये पोह्यांची तयारी चालली होती. पोह्यात घालण्यासाठी त्यांनी सगळ्या भाज्या काढून ठेवलेल्या होत्या. वांग्यांच्या फोडी, फ्लॉवरचे तुरे, बटाट्याच्या फोडी मस्त खरपूस तळून घेतलेल्या होत्या. फोडणीवर हिरव्या मिरचीचे तुकडे आणि कांदा परतून घेतला. मग मटार आणि सिमला मिरचीचे तुकडे घालून वाफ काढून घेतली. ते शिजल्यावर त्यात धुतलेले पोहे आणि सगळ्या तळून घेतलेल्या भाज्या घालून सगळं ढवळून छान वाफ काढली. वाह! काय ते पोहे होते! लाजवाब!

भारतभर केलेल्या प्रवासांत अनेक ठिकाणी पोहे असेच वेगवेगळ्या रूपांत भेटत राहिले. नव्या प्रदेशात, नवीन रूपात आणि नवीन चवीत! मात्र विदर्भातल्या पोपट पोह्यांच्या किंवा तर्रीवाल्या पोह्यांच्या चवीला काही तोडच नाही. वालपापडीच्या शेंगांमधल्या पोपटी दाण्यांनी नटलेले पोपटपोहे खाताना तो दाणा दाताखाली येण्याची मजाच काही और असते. तसंच, हरभऱ्यांच्या तर्रीनं सजलेले तर्रीवाले पोहे नाका-डोळ्यांतून पाणी येत खाल्ले, की त्याची चव दोन-चार दिवस तरी जिभेवरून हलत नाही.

आपल्या आहारात पोह्यांना अनन्यसाधारण महत्त्व आहे. सकाळच्या न्याहारीसाठी गरमगरम कांदेपोहे किंवा बटाटेपोहे, संध्याकाळच्या नाश्त्यासाठी चटपटे दडपे पोहे किंवा कोळाचे पोहे किंवा एरवी कधीही भूक लागली, तरी तयार असणारा चुरचुरीत पोह्यांचा चिवडा वगैरे प्रकार केवळ महाराष्ट्रातच नाही, तर देशभरात आवडीनं खाल्ले जातात.

मध्य प्रदेशातले वाफेवरचे 'इंदुरी पोहे' प्रसिद्ध आहेत. पोहे चाळणीत स्वच्छ धुवून फुलण्यासाठी थोडा वेळ ठेवून द्यावे. त्यात मीठ, साखर, लिंबाचा रस आणि हळद घालून पोहे चांगले मिक्स करून ठेवावे. नंतर ते चाळणीत घालून, मोदकपात्रात किंवा

पातेल्यावर उकळत्या पाण्याच्या वाफेवर ठेवून वरून झाकण ठेवावं. साधारण दहा मिनिटं पोह्यांना चांगली वाफ येऊ द्यावी. त्यानंतर तेलात मोहरी, जिरं, कढीपत्ता, हिरवी मिरची घालून फोडणी करावी. ही फोडणी वाफवलेल्या पोह्यांवर घालावी. वरून तळलेले दाणे आणि चाट मसाला घालून हलक्या हातानं ढवळावं. वरून रतलामी शेव घालावी आणि बरोबर लिंबाची फोड देऊन पोहे सर्व्ह करावे.

राजस्थानला पोखरणकडे जाणाऱ्या रस्त्यावरच्या एका ढाब्यावर वेगळ्या चवीचे पोहे खायला मिळाले होते. जिऱ्याच्या फोडणीवर कांदा परतून त्यावर मिरची, मीठ घालून पोहे परतून घेतले होते. नंतर ते डिशमध्ये काढून त्यावर तळलेली चण्याची डाळ, तळलेला कांदा घातला होता. तळून मीठ लावलेली हिरवी मिरची आणि लिंबाची फोड बरोबर दिली होती.

काश्मीरच्या शिकारेवाल्याला तर मीच पोहे करायला शिकवले. श्रीनगरमध्ये फिरताना एका दुकानात पोहे विकायला ठेवलेले बघितले आणि त्याच्याकडून घेतले. ते जाड दगडी पोहे होते. ज्या शिकाऱ्यावर राहिलो होतो, तिथे त्या पोह्यांचे मस्त कांदेपोहे केले. ते त्या शिकारेवाल्यालाही खायला घातले. त्याला इतके आवडले, की त्याने आमच्याकडून कसे करायचे ते शिकून घेतले. कदाचित तो आता त्याच्याकडे येणाऱ्या ग्राहकांना ते खाऊ घालत असेल!

कर्नाटकात गोड चवीचे पोहे करतात. पोहे दुधात भिजवून ठेवून जरा फुलले की त्यात साखर, ओलं खोबरं आणि केळ्याचे बारीक तुकडे चिरून घालतात. केरळात पोहे तुपावर खमंग परतून घेतात. मग त्यात किसलेला गूळ, तळलेले काजू आणि ओलं खोबरं घालून हातानं चांगलं चुरून एकत्र करून खायला देतात. पूर्वेकडे, आसाम वगैरे काही भागांत पोहे कोरडेच खमंग भाजून घेऊन, त्यात दही आणि साखर घालून फुलले की खायला देतात. ओडिशामध्ये पोहे दुधात भिजवतात. ते फुलले, की त्यात कुस्करलेलं केळं, गूळ किंवा साखर आणि ओलं खोबरं घालून गोड पोहे तयार करतात. न्याहारीचा हा त्यांचा आवडता प्रकार आहे.

अगदी नेपाळमध्येसुद्धा पोहे आवडीनं खाल्ले जातात. नेपाळमध्ये फिरताना आमच्याबरोबर जो ड्रायव्हर होता, त्याला एकदा सहज म्हटलं, ''आपका घर तो दिखाईये.'' मग तो उत्साहानं पोखऱ्याच्या जवळच्या छोट्याशा गावातल्या त्याच्या घरी आम्हाला घेऊन गेला आणि आम्हाला त्यानं दही, केळं आणि साखर घालून केलेले पोहे खायला दिले.

कांदापोहे, दही-पोहे, दूध-पोहे, कोळाचे पोहे, काकडी-पोहे, दडपे पोहे, रावण पोहे, तेल-मीठ पोहे, कच्चे मूग पोहे, सांडग्या मिरचीचे पोहे, फोडणीच्या मिरचीचे पोहे, इंदुरी वाफेवरचे पोहे, पोपट पोहे, नागपुरी तर्री पोहे, मसाला पोहे, सोडे घातलेले पोहे, चायनीज पोहे... भली मोठी यादी होईल इतके पोह्यांचे प्रकार आहेत.

एके काळी गिरगावात कुलकर्ण्यांकडचे वांगी पोहे हा प्रकार इतका लोकप्रिय होता, की तयार केल्यानंतरच्या तासाभरात त्यांचे हे घमेलंभर पोहे संपून जायचे. असाच वेगळा प्रकार पोह्यांच्या सामोशाचा. दादरच्या छबिलदास गल्लीतल्या श्रीकृष्ण वडेवाल्याकडचे पोहे भरलेले सामोसे एकदम चमचमीत लागतात! मुंबईत विरार-वसईजवळ 'पोहा भुजिंग' हा हटके पदार्थ मिळतो. आलं-लसूण पेस्ट, हळद, तिखट, धणे-जिरे पूड असा मसाला करून तो चिकन आणि बटाट्याच्या फोडींना लावला जातो. तास-दोन तास ते तुकडे मसाल्यात मुरले, की सळईला लावून खमंग भाजतात. भरपूर कांद्याची फोडणी करून त्यात हे भाजलेले तुकडे घालून वास सुटेपर्यंत परततात. सगळ्यात शेवटी नायलॉन पोहे, मीठ आणि कोथिंबीर घालून चांगलं ढवळून गरमगरम खायला देतात. वाचूनच तोंडाला पाणी सुटतं, नाही का?

याशिवाय पोहा कचोरी, पोहा कटलेट, पोहा डोसा, पोहा ढोकळा, पोह्यांचे वडे, पोह्यांची थालिपीठं... कल्पनाशक्ती जितकी लढवाल, तितकी कमी! हे 'पोहे पुराण' इथेच संपत नाही. कोकणात बऱ्याच घरांतून दिवाळीच्या पहिल्या दिवशी फराळाला दहीपोहे केले जातात. शिवाय एकमेकांच्या घरी दिवाळीत पोहे खायला जाण्याची प्रथा आहे. घरीच भात कांडून त्याचे केलेले पोहे यासाठी वापरतात. कारवारी लोकांत दिवाळीच्या पहिल्या दिवशी दहा प्रकारचे पोहे करतात. त्या दिवशी वेगळं जेवण नसतं. हे पोहे आणि फराळाचे पदार्थ हेच जेवण. या पोह्यांसाठी पूर्वी गावठी, लाल पोहे वापरण्याची पद्धत होती. ते नसतील, तर आपण नेहमी वापरतो ते जाड पोहे वापरले जातात. आणखी एक रुचकर प्रकार म्हणजे मटार पोहे. हे करण्यासाठी थोड्या तेलात हिंग, हळद, मोहरीची फोडणी करून त्यात कढीपत्ता घालावा. यात मटार घालून वाफेवर शिजवून घ्यावे. पातळ पोह्यांवर गरम मसाला, लाल तिखट, ओलं खोबरं, लिंबू, कोथिंबीर, मीठ घालून पोहे कालवावेत. त्यावर फोडणीला घातलेले मटार घालावेत.

नारळाचं दूध घालून केलेले गूळ पोहे, तूप-जिऱ्याच्या फोडणीचे ताकात भिजवून आणि हिरवी मिरची घालून केलेले पोहे, दूध-साखर-साजूक तूप-वेलची

पूड घालून केलेले पोहे, काळ्या वाटाण्याच्या उसळीचे पोहे, ओलं खोबरं आणि ओला काजूगर घालून केलेले गोड पोहे, शहाळ्यातली मलई आणि गूळ घालून केलेले पोहे... यांसारखे वैविध्यपूर्ण आणि त्या त्या प्रदेशात उपलब्ध असलेल्या साहित्यांतून विविध प्रकारचे पोहे केले जातात. काही ठिकाणी आणखी एका पद्धतीनं पोहे खाल्ले जातात, अंबाड्याच्या चटणीबरोबर. गोवा-कोकण किनारपट्टीवर अंबाडे म्हणून एक आंबट फळ मिळतं. त्याचा रस्सा करतात. खोबरं-कांदा-मिरची तेलात परतून त्यासाठीचा मसाला तयार करतात. त्यात गूळ, मीठ घालून तो मसाला वाटून घेतात. हा मसाला फोडणीला घालून ही फोडणी अंबाड्यांवर घालून रस्सा करतात. हा आंबट-गोड-तिखट रस्सा/चटणी पोह्यांबरोबर छान लागते.

भारतभर केल्या जाणाऱ्या पोह्यांच्या इतक्या पाककृती पाहिल्या, की पोह्यांनी भारतीयांच्या मनात आणि पोटात खास जागा निर्माण केली आहे याची खात्री पटते. त्यामुळेच अवधूत गुप्ते यांनी आपल्या गाण्यात 'आयुष्य हे चुलीवरल्या कढईतले कांदेपोहे' असं म्हटलं असावं, नाही का?

साबुदाणा खिचडी

मोत्यासारख्या मस्त फुललेल्या साबुदाण्याची खिचडी समोर आली, तर पोट तुडुंब भरलेलं असूनही दोन घास खाल्ल्याशिवाय मला राहवणारच नाही! साबुदाण्याची खिचडी म्हटलं, की आईचे उपवास आठवतात. लहानपणी आईच्या उपवासाची आम्ही वाट बघत असू ते केवळ साबुदाण्याच्या खिचडीसाठी. त्या वेळी दाण्याचं कूट करण्यासाठी हातानं फिरवण्याचं यंत्र मिळत असे. मग आई आम्हांला लालूच द्यायची - 'जो कोणी दाण्याचं कूट करून देईल त्याला खिचडी जास्त मिळेल.' मग काय; कूट करून देण्याची आमच्यात चढाओढ लागत असे. त्या वेळी दोन चमचे खिचडी जास्त मिळण्याचं जे अप्रूप होतं, ते आज पंचतारांकित हॉटेलमध्ये जाऊन जेवण्यातदेखील नाही.

तसे तर मला साबुदाण्याचे सगळेच पदार्थ आवडतात, मग ते साबुदाण्याचे वडे असतील, खीर असेल किंवा चिवडा. साबुदाण्याचा चिवडा म्हटलं, की आठवतो तो आमचा नागपूरचा गणेश मिठाईवाला. आदल्या दिवशीची साबुदाण्याची खिचडी उरली असेल, तर दुसऱ्या दिवशी तो ती तळून त्यात बटाट्याची तळलेली सळी घालत असे. सोबत तळलेली हिरवी मिरची. व्वा, क्या बात है! नुसतं लिहितानाही चव आठवून तोंडाला पाणी सुटतं. आमच्या उमेदवारीच्या दिवसांत चार-पाच जण मिळून एक प्लेट चिवडा मागवून खायचो. चार जणांनी एक प्लेट वाटून खाणं ही त्या वेळी पैशाची कमतरता असल्यानं गरज होती. पुढे पैशाची चिंता मिटली, पण एक प्लेट चिवडा चार जणांत वाटून खाण्याची आवड आणि सवय काही मोडली नाही.

पुढे जेव्हा माझं विश्व पाककृतींभोवती फिरू लागलं, तेव्हा काही गोष्टी विशेषत्वानं लक्षात येऊ लागल्या. तशी एक गोष्ट म्हणजे साबुदाण्याची खिचडी ही फक्त महाराष्ट्र आणि मध्य प्रदेशातच केली जाते. इतर प्रांतांत फारशी होत नाही. खाद्यपरंपरेच्या इतिहासात खिचडी हा प्रकार अधिकतर महाराष्ट्र आणि त्या खालोखाल मध्य प्रदेश, गुजरात, कर्नाटक आणि राजस्थान इथे केला जात असल्याचे उल्लेख

आहेत. इंदूरमध्ये वाफेवर साबुदाणा वाफवून घेऊन त्यात वेगळं मीठ, साखर, लिंबाचा रस आणि दाण्याचं कूट वगैरे घालून खिचडी दिली जाते. अशाच प्रकारची खिचडी अंधेरी पूर्वेला चिनॉय कॉलेजजवळच्या शिवा ठेलेवाल्याकडे खाल्ली होती. शेगडीवर गरम पाण्याचं पातेलं ठेवून त्यात तिखट-मीठ-मसाला घातलेला, फोडणी न घातलेला नुसता साबुदाणा आणि उकडलेला बटाटा एकत्र शिजत ठेवलेला असे. खिचडीची ऑर्डर आली की बशीत बटाटा, साबुदाणा घालून; त्यावर चाट मसाला, बटाट्याचा चिवडा, मसाला दाणे, कोथिंबीर घालून लिंबाच्या फोडीसोबत देत. मस्त लागायची. तो शिवा ठेलेवाला जर अजून तिथे असेल, तर परत एकदा तिथे जाऊन खिचडी खायला मला नक्की आवडेल.

इंदूरमधल्या आणखी एका रेस्टॉरंटमध्ये तेल-जिऱ्याच्या फोडणीवर कांदा, लसूण, हळद वगैरे घातलेली वेगळ्याच चवीची खिचडी खायला मिळाली होती. उत्सुकतेपोटी चौकशी केली असता ती त्या रेस्टॉरंटमधल्या एका पंजाबी शेफनं केल्याचं कळलं. त्या शेफची आई तशा प्रकारची खिचडी करत असे, असं समजलं. याचा अर्थ पंजाबमध्येही साबुदाण्याची खिचडी होत असणार!

हैद्राबादला 'टिफिन' या नावानं ओळखले जाणारे छोटे फूड जॉइंट्स आहेत. तिथे साबुदाणा उपमा हा प्रकार खाल्ला होता. कढईत तेल घालून त्यात मोहरी, जिरं घालतात. ते तडतडलं की त्यात कांदा घालून चांगलं परतून घेतात. मग त्यात हिरव्या मिरच्यांचे तुकडे, कढीपत्ता आणि मीठ घालून चांगलं परतून घेतात. कांद्याचा

रंग बदलला, की भिजवलेला साबुदाणा घालून सगळं ढवळून त्यात दाण्याचं कूट घालतात. नंतर किंचित साखर घालून झाकण ठेवतात आणि एक वाफ काढतात. वरून कोथिंबीर घालून हा गरमगरम साबुदाणा उपमा सर्व्ह करतात.

कांदा, टोमॅटो वगैरे घालून साबुदाण्याची खिचडी हे मराठी मनाला पटायला जरा कठीण जातं. बटाटा घालून मात्र खिचडी मस्तच लागते. बटाटा तूप-जिऱ्याच्या फोडणीवर जरा खमंग परतून घ्यायचा. मग त्यावर साबुदाणा घालायचा. खमंग परतलेला बटाटा खिचडीच्या घासाबरोबर खाताना छान लागतो. पण कांदा घालूनही खिचडी करतात हेच मला कित्येक वर्षं माहीत नव्हतं. नंतर माहिती मिळाली, पण खाण्याचा योग कधी नाही आला. ठाण्याला तळावपाळीजवळ मराठी पदार्थ मिळणारं 'तांबे उपाहार गृह' आहे. तिथल्या मालकीणबाईंशी काही कारणानं ओळख झाली होती. एकदा त्या उपाहार गृहात गेलो असताना, त्यांच्या मेन्यूकार्डवर नसतानाही त्या बाईंनी किचनमध्ये सांगून खास करवून घेऊन कांदा घातलेली गरमगरम खिचडी मला खाऊ घातली होती!

आमच्या ओळखीच्या एक आजी खिचडीवर दुधाचा हबका मारून झाकण ठेवून वाफ काढत असत. शिळ्या खिचडीतदेखील ताकाचा हबका मारून गॅसवर त्याला वाफ आणून गरम करायची. हा प्रकारही छान लागतो. खिचडी कशाही प्रकारे करा, ती छानच लागते. अर्थात त्यासाठी मुळात खिचडीची भट्टी जमायला हवी. साबुदाणा भिजवण्यापासूनच कौशल्य लागतं. साबुदाणा धुतल्यावर त्यावर बोटाच्या पेराइतकंच पाणी ठेवावं, म्हणजे साबुदाणा छान फुलतो आणि भिजट होत नाही. खिचडी करताना जिरं तुपात छान फुललं पाहिजे. मग त्यावर लगेच मिरच्यांचे तुकडे घालून जरा परतून घ्यावं. मग भिजलेला साबुदाणा घालून परतून घ्यावा. त्यात दाण्याचं कूट, मीठ आणि किंचित साखर घालून चांगलं ढवळून दणदणीत वाफ येऊ द्यावी. दाण्याचं कूट जरा सढळ हातानं घालावं, म्हणजे खिचडी छान खमंग होते. सढळ हातानं म्हणजे, खिचडीत कुटाचा गोळा होईल इतकंही घालू नये आणि साबुदाणा अगदीच पांढरापांढरा दिसेल इतकं कमीही घालू नये! जर असं सगळं एकत्र घालून नीट परतवता येणार नसेल, तर गॅसवर ठेवण्याआधीच भिजलेल्या साबुदाण्यात दाण्याचं कूट, मीठ, साखर घालून हलक्या हातानं एकत्र करून घ्यावं आणि मग फोडणीला घालावं. खिचडी ढवळतानाही अगदी हलक्या हातानं ढवळावी. खिचडी जर खाली किंचित ओढली गेली असेल; तर वाफ काढून खिचडी छान

शिजली, की कढई ओल्या फडक्यावर उतरवावी. असं केल्याने खालची खरपुडी अलगद निघून येईल. ती खरपुडी टाकून देऊ नये. ती खमंग लागते. थोडक्यात काय, तर मस्त फुललेल्या साबुदाण्याची छान जमून आलेली - म्हणजे चिकट गोळा नाही किंवा नुसता साबुदाणाच खाल्ल्यासारखा वाटवा इतकी फडफडीतही नाही - अशी खिचडी खाणं, हा परमानंदाचा अनुभव असू शकतो!

इडली

आतापर्यंत आपण ज्या पदार्थांची चर्चा केली, त्यांपैकी सर्वांत जुना इतिहास असलेला पदार्थ म्हणजे इडली! इडलीसदृश पदार्थांचं मूळ साधारणपणे इसवी सन ८०० ते १२०० या कालखंडादरम्यान दिसून येत असल्याचे उल्लेख वेगवेगळ्या प्राचीन भारतीय ग्रंथांमध्ये मिळतात. या प्रकारच्या पदार्थाचा उल्लेख 'मानसोल्लास', 'नलपाकशास्त्र' इत्यादी प्राचीन खाद्यग्रंथांमध्ये करण्यात आला आहे. 'आताच्या काळात इडली हा जरी खास दक्षिण भारतीय पदार्थ आहे असं मानलं जात असलं, तरी या पदार्थाची पाळंमुळं दूरवर पसरलेली आहेत' असं काही खाद्येतिहासकार सांगतात.

खाद्येतिहासाचे मोठे अभ्यासक के. आचार्य यांच्या संशोधनानुसार इडलीसदृश पदार्थ हा मूळचा इंडोनेशियाचा असावा. इसवी सन ८००-१२००च्या दरम्यान तिथे हिंदू राजांचं राज्य होतं. त्या राजांनी केलेल्या भारताच्या प्रवासात त्यांचे स्वयंपाकीही भारतात आले आणि त्यांनी इडली किंवा इडलीसदृश पदार्थ भारतात आणले. 'नलपाकदर्पण' या नलराजानं लिहिलेल्या संस्कृत ग्रंथामध्येसुद्धा इडलीचा उल्लेख आढळतो. त्या ग्रंथामध्ये 'इडरीका' अशा नावानं हे उल्लेख आहेत. कन्नड साहित्यात साधारणपणे इसवी सन ९२०मध्ये इडलीचे उल्लेख 'इड्डलीगे' या नावानं आढळतात. तसंच 'लोकोपकारा' या ग्रंथातही इडलीसदृश पदार्थाचा उल्लेख सापडतो. यामध्ये उडदाची डाळ पातळ दह्यात भिजवून, वाटून जो पदार्थ करतात, तोसुद्धा इडलीसदृश आहे. दुसरा चामुंडराय यानं हा ग्रंथ लिहिलेला आहे. मानसल्लोस या ग्रंथात उल्लेख असलेली इडली ही नुसत्या उडदाच्या डाळीची आहे. उडदाची डाळ धुऊन, भिजवून नंतर वाटून, फेसून एका ताटलीत आंबवायला ठेवत. त्यानंतर हे पीठ छोट्या वाट्यांत घालून कापडानं झाकून, वाफवून घेत. त्यावर हिंग, मिरपूड आणि गरम तूप घालून खात असत, असे उल्लेख मिळतात.

गुजरातमध्येसुद्धा अशा प्रकारच्या 'इड्डा' या पदार्थाचे जुने उल्लेख आढळतात. तांदळाचं पीठ भिजवून ताटलीत वाफवून घेतात. त्यावर हिंग, मोहरी घालून चौकोनी

तुकडे करून खातात. ही पद्धत आजही अस्तित्वात आहे. मात्र याला आता 'पांढरा ढोकळा' असं म्हणतात. तमिळमध्ये 'इट्ट-अवी' म्हणून एक शब्द आहे. एखादा पदार्थ ताटलीत पसरवून वाफवणे असा याचा अर्थ. याच शब्दाचा पुढे अपभ्रंश होऊन 'इट्टवी', त्याही पुढे जाऊन 'इडली' असा शब्दप्रयोग आला असावा, हाही एक अंदाज लावला जातो. इडली किंवा इडलीसदृश अनेक प्रकारांचे संदर्भ भारतातल्या अनेक प्रांतांत त्या त्या ठिकाणच्या साहित्यात सापडतात. थोडक्यात काय, तर फार फार पूर्वी इडलीसदृश पदार्थ इतर कोणत्या भागातून भारतात आला असं जरी मानलं, तरी त्यानंतरच्या शेकडो वर्षांत त्यात अनेक बदल झाले आणि इडली पूर्णपणे भारतीय झाली. इतकी, की आज ती भारताची खाद्यओळख बनली आहे.

केरळमधील किनारी भागात पुट्ट नावाचा एक पदार्थ तयार करतात. यामध्ये तांदूळ ताडीमध्ये भिजवून ओल्या खोबऱ्याबरोबर वाटून घेतात. नंतर ते पीठ लांबट साच्यामध्ये वाफवून काढतात. देशी चण्याची भाजी, स्ट्यू आणि पापड याच्याबरोबर हे पुट्ट खाण्याची प्रथा आहे. हा प्रकारही जवळपास इडलीसारखाच असतो. हा पदार्थ श्रीलंकेत सिंहली लोकसुद्धा आवडीनं खातात.

मात्र इडलीवर अनेक प्रयोग करून इडलीला आपलंसं केलं ते दक्षिण भारतीय लोकांनी. त्यामुळेच इडलीवर दक्षिण भारतीय न्याहारीचा प्रकार म्हणून शिक्कामोर्तब झालं.

इडली ही सहसा एकटी येत नाही. त्याबरोबर बहुतांश ठिकाणी चटणी, सांबार, भाजी यांपैकी काहीतरी असतंच. पूड चटणी (वेगवेगळे मसाले, डाळी एकत्र करून भाजून तयार केलेली चटणी), खोबऱ्याच्या किंवा इतर विविध ओल्या किंवा सुक्या चटण्या, सांबार, रस्सम, साजूक तूप यांशिवाय अल्लम पचडी, सिंटकाई पचडी

या इडलीबरोबर येणाऱ्या पदार्थांनी इडलीची श्रीमंती अजूनच वाढवली आहे. सांबार या शब्दाबद्दलही एक आख्यायिका सांगितली जाते. छत्रपती संभाजी महाराज ज्या वेळी कर्नाटकात गेले होते, त्या वेळी त्यांनी तूरडाळीच्या वरणापासून एक पदार्थ तयार केला आणि इडलीबरोबर तो खाल्ला. नंतर तो इतका लोकप्रिय झाला की त्याचं नावच महाराजांच्या नावावरून ठेवण्यात आलं - 'सांभार'. काहींच्या मते मात्र सांबार तयार करताना बारा वेगवेगळ्या पदार्थांचा वापर होतो आणि ते पदार्थ समभार घेतले जातात म्हणून त्याला 'सांबार' म्हणतात. स्थळकाळानुरूप इडलीच्या घटक पदार्थांमध्येही बदल झाले. उडदाची डाळ पचायला जड असल्याने काही ठिकाणी मूगडाळ वापरली जाते, तर काही ठिकाणी नुसत्या तांदळाची इडली बनवतात. आता तर गव्हाच्या सोजीपासूनसुद्धा इडली तयार केली जाते.

इडलीच्या मागोमाग तिच्या अनेक भाऊबंदांचाही जन्म झालेला दिसून येतो. इडिआप्पम्, आप्पम्, आप्पे, नीरदोसा, दोसा, उत्तप्पम् ही काही उदाहरणादाखल नावं!

प्रत्येक घरामध्ये केली जाणारी इडली त्या घराची स्पेशालिटी असते. आमच्या घरी इडलीचा असाच एक वेगळा प्रकार करतात. यामध्ये तीन वाट्या तांदूळ, दोन वाट्या पोहे, एक वाटी दुधावरची साय किंवा पांढरे लोणी एकत्र करून वाटतात. त्याला आंबवून त्याची इडली करतात. ही इडली चवीला इतकी उत्कृष्ट लागते, की त्याच्याबरोबर चटणी किंवा सांबाराची गरजच लागत नाही.

इडली हा प्रकार आज जगभरात सर्वश्रुत आहे. कुठल्याही भागातल्या भारतीय लोकांसाठीचा सकाळच्या न्याहारीचा सोपा आणि उत्कृष्ट प्रकार म्हटलं, तर इडलीचंच नाव पटकन डोळ्यांसमोर येतं. वाफाळणारी, मऊसूत, देखणी इडली आणि जोडीला रुचकर सांबार, चटणी! मला सांगा, सुख म्हणजे आणखी काय वेगळं असतं?

वडा-पाव

खाद्यभ्रमंतीच्या या प्रवासात खूप किस्से आहेत सांगण्यासारखे आणि बरीच माहिती आहे लिहिण्यासारखी. मी मुंबईत असतानाचा किस्सा मला अजूनही आठवतो. आमचे बांद्रा-कुर्ला कॉम्प्लेक्समध्ये एक भव्य-दिव्य ट्रेनिंग सेंटर होते. अगदी चकाचक! म्हणजे फाईव्ह-स्टार हॉटेलसाठी तयार व्हायचं असेल, तर ट्रेनिंगही तसंच जबरदस्त असायला हवं ना! एकदम तसं. ट्रेनिंग सुरू झालं. एक आठवडा झाला, दोन आठवडे झाले. त्या ट्रेनिंग सेंटरचं सपक जेवण जेवून-जेवून कंटाळा आला होता मला. एके दिवशी मी जेवायला गेलोच नाही. कंटाळून बसलो होतो. तितक्यातच माझा एक मित्र आला आणि म्हणाला, ''क्यूं रे, आज खाना नहीं खाने का क्या?'' मी कसनुसं तोंड करून 'नाही' म्हटलं. ''पक गया ना तू ये बोरिंग खाना खाके? चलो, तुम्हे कुछ टेस्टी खिलाता हूँ।'' मग त्यानं मला जवळच असलेल्या वडापाव टपरी-कम-पानठेल्यावर नेलं. मी हबकलोच. म्हटलं, ''यह कहाँ ले आया तू मुझे?''

''तू खा रे, बिनधास्त खा। घर से दूर कितने दिन टॉर्चर झेलेगा ऐसे? थोडा बोल्ड बन। अब तुझे यह टपरी ही सहारा है। बम्बई में ये सब कॉमन है।'' असं बोलून त्याने माझ्या हातात वडापाव दिला आणि मुंबईमध्ये खूश राहण्याचा पहिला कानमंत्र मला मिळाला. खरंच खूप भूक लागली असताना वडापाव आणि एक कटिंग चहा म्हणजे स्वर्गसुख. त्यानंतर वडापावसोबत जे नातं जुळलं, ते अर्थातच जन्मभरासाठी. मुंबईमध्ये मराठी माणसाची खाण्याची ओळख म्हणजे 'वडापाव'.

रोज कांजूरमार्ग ते कुर्ला लोकलमध्ये प्रवास करत असताना सतत वाटायचं, की अख्खी मुंबई एका वडापावच्या भरवशावर आपल्या स्वप्नांमागे धावत असते. कारण पोट भरण्यासाठी खिशाला परवडेल असा वडापाव असतो ना सोबतीला. कधीकधी तर वाटतं, की पूर्ण मायानगरीत एकच सत्य आहे आणि ते म्हणजे 'वडापाव'. या महान सत्याबद्दल जाणून घ्यायची माझी इच्छा दिवसेंदिवस वाढत

होती. म्हणून, ‘ओबेरॉय’सारख्या पंचतारांकित हॉटेलचे ‘फूड अँड बेव्हरेजेस’चे मॅनेजर नरेश डोगरा यांना मी वडापावच्या पूर्वेतिहासाबद्दल एकदा विचारलं. त्यांनी सांगितलं, ‘‘वडापावच्या जन्माबद्दल नक्की सांगणं कठीण आहे. कारण सगळ्या मराठी लोकांकडे बटाटेवडे अगदी पहिल्यापासून बनायचे. या वड्यासोबत पाव जोडला गेला तो १९६६मध्ये. अशोक वैद्य असं त्या व्यक्तीचं नाव होतं. दादरच्या चाळीत राहणाऱ्या या गृहस्थाने आधी पोहे आणि वडे विकायला सुरुवात केली. अशातच १९६६मध्ये ग्राहकांना काहीतरी नवीन द्यायची कल्पना त्यांना सुचली. त्यांनी पावाच्या मध्यभागी बटाटावडा ठेवला आणि तो तसा विकायला सुरुवात केली. मग काय, हा हा म्हणता सगळेच तसा वडापाव विकू लागले आणि अगदी काही वर्षांत वडापाव मुंबईची ओळख बनला. पुढे १९९८मध्ये अशोक वैद्य निवर्तले, मात्र त्यांच्यानंतर त्यांच्या मुलानं आणि त्यांच्या कुटुंबानं मिळून मुंबईला दिलेली ओळख जपण्याचं काम सुरू ठेवलं. त्यांच्या मुलानं आजही दादरचं ते मूळ ठिकाण जसंच्या तसं ठेवून अस्सल वडापावची चव जपली आहे. तर अशी आहे मुंबईच्या वडापावची कथा.

अशोक वैद्य यांच्याबद्दल बऱ्याच लोकांना माहीत आहे; पण ओगले आजींचं नाव ऐकल्यावर असं वाटलं, की वडापावच्या इतिहासातली ही माहिती कदाचित काहीच लोकांना माहीत असेल! कमलाबाई ओगले या मुंबईतील दादरच्या रहिवासी. उन्हाळ्यात पाहुणे आले म्हणून त्यांनी पुरणपोळी, कढी, भजी आणि इतर स्वयंपाक केला आणि बटाट्याच्या भाजीला भज्यांच्या पिठात बुडवून वडा बनवला आणि पाहुण्यांना खायला दिला. त्या खमंग वड्याची खूप तारीफ झाली म्हणून त्यांनी तो वडा घरापुढेच विकायला सुरुवात केली. त्यांचं बघून मग अनेक मारवाडी हॉटेलमध्येसुद्धा वडा विकला जाऊ लागला. ही रेसिपी चोरली जात आहे हे लक्षात आल्यावर त्यांनी ‘रुचिरा’ नावाचं एक छोटंसं पुस्तक लिहिलं, ज्यात त्यांनी आवर्जून त्यांची ही रेसिपी चोरली गेल्याचं दुःख व्यक्त केलं आहे. आणि तुम्हाला

सांगतो त्यांच्या 'रुचिरा'चा विक्रम आजही कुणी मोडू शकलेलं नाही. तर ही आहे वडापावमधल्या वड्याची दुसरी गोष्ट.

इतिहास म्हटलं की, भरपूर किस्से आणि गोष्टी त्याच्यासोबत जुळत जातात, तशा याही जुळल्या. पण महत्त्वाचं काय, तर मराठी माणसाची ओळख असलेला हा वडापाव पार सातासमुद्रापलीकडे गेला आणि तिथे त्याने लोकांना आपल्या चवीने भुरळ घातली. वडापावबद्दल तुमच्याकडेही आणखी काही माहिती असेल तर माझ्यासोबत नक्की शेअर करा.

सामोसा

भारतात नाश्त्याला सगळ्यात जास्त खाल्ला जाणारा पदार्थ म्हणजे 'संबुसाग'. कपाळावर आठ्या आणू नका; संबुसाग म्हणजेच आपला सामोसा. समज आल्यावर केलेली सगळ्यात पहिली पार्टी म्हणजे सामोसा पार्टी! चिमुकल्यांच्या 'मोटू-पतलू' कार्टूनमधील मोटूला जशी सामोसा खाल्ल्यावर शक्ती मिळते, तसेच ताजेतवाने आणि तृप्त भाव चहा-समोसे खाल्ल्यावर चेहऱ्यावर झळकतात. गरमगरम समोसे, बरोबरीला नुकतीच तळलेली आणि मीठ लावलेली हिरवीगार मिरची आणि चहा. सुटलं ना तोंडाला पाणी! आहेच मुळी तो पदार्थ तसा. सामोशाची आणि माझी आठवण फार वेगळी आहे. मला लहापणापासून समोसे आवडायचे. पाचवी-सहावीत असताना ३० पैशांचा एक सामोसा मिळायचा. सामोसा खाण्याचं प्लॅनिंग आठवड्यापूर्वीच सुरू व्हायचं. त्या वेळी तीन पैसे, पाच पैसे चलनात होते. असे पैसे जमा करून ३० पैसे जमले, की सकाळपासून सामोसा खाण्याच्या कल्पनेनं मन आनंदी व्हायचं. त्या काळी एकटं जाऊन सामोसा खाण्याचीसुद्धा चोरी असे. कुणी पाहिलं तर काय म्हणेल, अशी भीती वाटत असे. उत्कृष्ट चव असलेला, रस्त्यावरून जाताना सायकलवर बसून घेता येईल असा गरम सामोसा मिळणारं दुकान शोधून काढावं लागे. अशा सर्व मापदंडात बसलेलं दुकान निवडून सामोसा खाण्याची मजा वेगळीच होती.

दुसरीकडून प्रवास करून आलेला सामोसा आपल्या इथे आला आणि राजा झाला. या मूळच्या पर्शियन पदार्थानं आपल्याला त्याच्या अप्रतिम चवीनं गुलाम केलं आणि आपण आजही ते पारतंत्र्य अगदी स्वखुशीनं जपलं आहे. अर्थात, सामोसा काही या रूपात आपल्याकडे आला नाही. मूळ पदार्थाचं साहित्य, त्याची कृती वेगळीच आहे. त्यात सामोशाचं आतलं सारण हे मांस, मसाले आणि सुकामेवा वापरून बनवलेलं होतं. त्यात कुठेही बटाटा, कांदा किंवा इतर जिन्नस नव्हते. वेगवेगळ्या पुस्तकांतून मिळालेल्या दाखल्यांमधून मला सामोशाविषयीची माहिती

कळत गेली. 'सामोसा' हा 'संबुसाग' या शब्दाचा अपभ्रंश आहे. पर्शियन भाषेत 'संबुसाग' म्हणजे सारण भरून केलेला पदार्थ. जसजसा हा सामोसा व्यापारांच्या माध्यमातून फिरत गेला, तसतसे त्या प्रदेशाच्या भाषेनुसार त्याच्या नावात बदल होत गेले. अरब भाषेत त्याला 'संबोसाज' म्हटलं गेलं, अफगाणिस्तानमध्ये त्याला 'सम्बोसा' नाव मिळालं, तर तजाकिस्तानमध्ये 'समसा' आणि आफ्रिकेमध्ये याला 'संबुसह' असं संबोधण्यात आलं. पोर्तुगिजांनी त्याला आपल्या सोयीचं असं 'चामुका' नाव दिलं. भारतात तर त्याला आणखी नावं मिळाली. बंगालमध्ये सामोशाला 'सिंगारा' म्हणतात, तर हैदराबादमध्ये त्याला 'लूखमी' असं म्हणतात. तर हा झाला नावाचा इतिहास. आता त्याच्या पाककृतीकडे वळू.

हा पदार्थ सुरुवातीला प्रवास करणाऱ्यांच्या सोयीचा होता. मांस, सुकामेवा आणि मसाल्याचं सारण भरून हा पदार्थ प्रवास करणारे व्यापारी बरोबर ठेवत असत. भूक लागली, की कमी कष्टात, कमी वेळेत आणि तरीही पटकन तयार होणारा हा पदार्थ तुपात तळून गरमगरम खात असत.

भारतात एके काळचे राजदरबारातील प्रसिद्ध गायक, कवी आणि लेखक यांनी आपल्या लिखाणामध्ये सामोशाचा उल्लेख केलेला आहे. प्रसिद्ध प्रवासी इब्नबतूता यानेसुद्धा तेराव्या शतकात आपल्या प्रवासवर्णनामध्ये मुहम्मद-बिन-तुघलकच्या दरबारातील 'संबुसक' नावाच्या पदार्थाचा उल्लेख केलेला दिसतो. त्याने आपल्या वर्णनात असे सांगितले आहे की, सुका मेवा, मांस आणि मसाल्याने भरून तळलेले 'संबुसक' राजा बिर्याणी खायच्या आधी आपल्या जेवणात न चुकता खात असत.

तर असा हा राजदरबारातील 'संबुसक' सोळाव्या शतकातील ऐन-ए-अकबरी नावाच्या मुघल लिखाणातही आढळतो, ज्यामध्ये 'कुताब' नावाच्या पदार्थाला हिंदुस्थानात 'संबुसह' असे म्हणतात, असा उल्लेख केलेला आहे.

तर असा हा 'संबुसाग' काळाच्या ओघात सामोसा झाला. एके काळी राजदरबाराची शान वाढवणारा आणि मांसाहारी खवय्यांसाठी पर्वणी असलेला हा पदार्थ स्थळकाळानुरूप बदलत जाऊन सर्वसामान्यांच्या जीवनात रुजू झाला. शाकाहारी खवय्यांनी त्यात बटाटा, कांदा, मसाले आणि इतर जिन्नस घालून त्याला सर्वांपर्यंत पोहोचवलं. असा हा परका सामोसा चेहरामोहरा, रंगरूप बदलून आपला झाला. आता भारतीय नाश्त्याला, समारंभाला, गप्पागोष्टींना सामोसा असल्याशिवाय मजा येत नाही. म्हणूनच तर सामोसाप्रेमी प्रियकर त्याचं प्रेम व्यक्त करण्यासाठी 'जब तक रहेगा समोसे में आलू, तेरा रहूँगा ओ मेरी शालू' असं म्हणतो. सामोशानं आपल्या पोटात आणि मनात जी खास जागा निर्माण केली आहे, ती जागा जगातलं दुसरं कुठलंही फास्टफूड घेऊ शकणार नाही.

गुजरातमध्ये मी बटाटा नसलेला सामोसा खाल्ला होता. हा सामोसा अगदी आठ दिवसांपर्यंत व्यवस्थित टिकतो. खोबरं, कोथिंबीर, लसूण आणि इतर जिन्नस भाजून घेऊन, वाळवून मग हा सामोसा बनवतात. दक्षिणेकडे चिकन सामोसा, मटण सामोसा असे प्रकारही नवीन नाहीत; पण त्या सामोशाच्या प्रकाराला इतकी लोकप्रियता नाही. मुंबई, पुणे आणि इतर शहरांमधल्या इराणी कॉफी शॉपमध्ये आजही एक बाऊलभर सामोसे आणून ठेवतात आणि तुम्ही जितके खाल तितक्याचेच पैसे घेतात. हळूहळू हा प्रकार इतरही कॉफी शॉपमध्ये रुळताना दिसत आहे. असा हा फास्टफूडच्या यादीत अव्वल स्थान पटकावणारा आपला सामोसा!

कचोरी

शेगांव प्रसिद्ध आहे ते मुख्यत: श्री गजानन महाराजांच्या वास्तव्यानं पावन झालेलं ठिकाण म्हणून. पण शेगांव हे आणखीही एका गोष्टीसाठी प्रसिद्ध आहे. बरोबर ओळखलंत! शेगांव कचोरीसाठी! शेगांवला जाऊन महाराजांच्या दर्शनानं मन सुखावतं, तर तिथली कचोरी खाल्ल्यावर पोट सुखावतं. 'खाण्याला काय इतकं महत्त्व द्यायचं' असं जरी कितीही म्हटलं, तरी शेवटी उदरभरणच ते! त्यातून आपल्या श्रद्धेच्या ठिकाणी मिळणारा पदार्थ असेल, तर लोकांना तो आणखी भावतो. तर अशा या शेगांवच्या कचोरीचा इतिहास जाणून घेऊ या.

महाराष्ट्रातली शेगांव कचोरी, जयपूरकडची प्याज की कचौडी, मध्य प्रदेशमधली आलू की कचौडी, बंगालमधली कोचोडी किंवा बिहारमधली सत्तू की कचोडी... निरनिराळ्या नावांनी प्रसिद्ध असणारी कचोरी हा अनेकांचा आवडता पदार्थ आहे. पिझ्झा, बर्गर अशा परदेशी पदार्थांच्या आक्रमणानंतरही आपल्या वैशिष्ट्यपूर्ण चवीमुळे टिकून असलेले आणि लोकप्रिय असलेले आपले पारंपरिक स्नॅक्सचे प्रकार म्हणजे सामोसा, कचोरी, पकोडे, भजी इत्यादी.

कचोरीबद्दल माहिती शोधताना एका पुस्तकात याबद्दल काही माहिती आढळली. त्यानुसार, कचोरी हा खाद्यपदार्थ अत्यंत जुना आणि सोपा आहे. हा पदार्थ कुठून आला याविषयी जरी वेगवेगळे मतप्रवास असले, तरी प्रवासात जास्त काळ टिकणारा पदार्थ म्हणूनच हा देशभर प्रसिद्ध झाला. काहींच्या मते कचोरी हा मारवाड, राजस्थान या भागांतला पदार्थ. इथले लोक खूप आधीपासून व्यापाराच्या निमित्तानं बराच प्रवास करत असत. त्यांच्याबरोबर कचोरीचाही सर्वत्र प्रवास झाला. आता कचोरी जिथे जिथे पोहोचली, तिथे तिथे तिचे वेगवेगळे प्रकार तयार झाले. कचोरीचं मूळ राजस्थानात असावं, याला पुष्टी देणाऱ्या आणखी काही गोष्टी आहेत. पहिली गोष्ट म्हणजे त्यातले घटक पदार्थ. राजस्थानमध्ये उडीद आणि मूग ही धान्यं पूर्वापार वापरतात. कचोरीमध्येही उडीदडाळीचा आणि मूगडाळीचाच वापर

केलेला असतो. दुसरी गोष्ट म्हणजे कचोरीत वापरतात तो मसाला. कचोरीतल्या मसाल्याला 'थंडा मसाला' म्हणतात. कारण यातले धणे, जिरे, बडीशेप, आमचूर असे जिन्नस शरीराला थंडावा देतात. हे जिन्नसही राजस्थानमधल्या पारंपरिक स्वयंपाकात वापरले जातात.

काही जाणकार असंही सांगतात की, भारतातल्या बऱ्याच प्रदेशांत प्रसिद्ध असणाऱ्या पुरीपासूनच पुढे कचोरी आली असावी. मसाला पुरी आणि कचोरी या दोन्ही पदार्थांमध्ये बरंच साम्य दिसून येतं. दोन्ही पदार्थ करण्याची पद्धत बरीचशी सारखीच. फरक इतकाच, की कचोरी ही पुरीपेक्षा थोडी टणक असते.

कचोरीचा एक जुना उल्लेख कवी बनारसीदास यांनी ब्रज भाषेतील त्यांच्या 'अर्धकथानक' या ग्रंथात केलेला आहे. हा ग्रंथ म्हणजे त्यांची आत्मकथा आहे, ज्यात त्यांनी लिहिलं आहे की, त्यांना बक्षीस म्हणून मिळालेल्या रकमेत ते रोज शेरभर कचोरी खरेदी करत असत. हा उल्लेख तसा सोळाव्या शतकातला, म्हणजे कचोरीच्या वयाचा अंदाज यावरून बांधता येऊ शकतो. कुठलाही पदार्थ प्रसिद्ध होण्यासाठी काही काळ जावा लागतो. आणि बघा ना! इतका काळ लोटला, तरी आजही कचोरीची जादू कमी झालेली नाही.

राजस्थानमध्ये ही कचोरी कांदा घालून करतात, तर मध्य प्रदेशमध्ये बटाटा आणि मूगडाळ घालून करतात. बंगालची कचोडी आणखीनच वेगळी. ती मटार आणि बटाट्याच्या रश्शाबरोबर खातात. उत्तर प्रदेशमध्ये कचोरी उडदाच्या डाळीची किंवा सातूच्या पिठाची असते. बल्लवमंडळींच्या विविध प्रयोगांतून जन्माला आलेला असाच एक अनोखा प्रकार म्हणजे मावा कचोरी. जवळपास १५० वर्षांपूर्वी रावलदास मलजी देवरा यांनी कचोरीमध्ये मावा भरून तिला साखरेच्या पाकात बुडवून खवय्यांना कचोरीची एक नवीन चव दिली. तशीच गोष्ट आपल्या शेगांव कचोरीची.

तिरथराम करमचंद शर्मा या गृहस्थांनी १९५१मध्ये शेगांव रेल्वे स्टेशनसमोर कचोरीचं एक छोटं दुकान काढलं. त्यांच्या कचोरीतल्या मूगडाळीच्या अनोख्या मसाल्यामुळे या कचोरीची ख्याती लवकरच पूर्ण विदर्भात पसरली. लोकांना कचोरीची ही वेगळी चव आवडली. सध्या अकोल्यामध्ये या कचोरी मोठ्या प्रमाणावर तयार करण्याचा कारखानाच आहे. तिथूनच शेगांव कचोरी वेगवेगळ्या भागांत पुरविली जाते.

बेडमी हासुद्धा कचोरीचाच प्रकार आहे. काही लोक याला 'बेडमी पुरी' असंही म्हणतात. बेडमी पुरी तयार करण्यासाठी भिजवलेली मूगडाळ, आलं, जिरे, धणे, मेथीपूड आणि मीठ मिक्सरमध्ये एकत्र वाटून घेतात. वाटताना पाणी घालत नाहीत. एका परातीत कणीक घेऊन त्यात ओवा, मीठ आणि मुगाचा वाटून घेतलेला मसाला घातला जातो. कोमट पाण्यानं हे पीठ तेलाचा हात लावून घट्ट मळलं जातं. त्याची नेहमीप्रमाणे पुरी लाटून तळतात. उत्तर भारतात बेडमीबरोबर खाण्यासाठी लाल कोहाळ्याची भाजी देतात.

कचोरी कशी छान फुगलेली, खमंग, बाहेरून रूपवान आणि पोटात चवीचं गुपित घेऊन हसरी दिसायला हवी. सोबतीनं असलेल्या चटण्या कशा तिच्यावर जीव ओवाळून देण्यासाठी सज्ज असायला हव्यात. अशी ही कचोरी खवय्यांचा पोटोबा तृप्त करते.

दाबेली

काही खाण्याचे प्रकार असे असतात, की त्या तयार पदार्थांमध्ये दोन-तीन वेगळे जिन्नस वापरून कमी पैशांत आणि पोटभरीचा असा चटपटीत प्रकार तयार होतो. त्याचं उत्तम उदाहरण म्हणजे दाबेली! हा प्रकार स्ट्रीट फूड म्हणून उदयाला आला. काश्मीरपासून कन्याकुमारीपर्यंत सर्वत्र स्ट्रीट फूडमध्ये याला खास स्थान आहे. आपल्याकडे पावाबरोबरचे बरेच प्रकार प्रसिद्ध झालेले आहेत; जसे पावभाजी, भुर्जीपाव, वडापाव इत्यादी. पण या सगळ्यांना गॅस किंवा किचनचा सेटअप आवश्यक असतो. दाबेलीचं मात्र सोप्पं काम आहे. एकदा मसाला तयार केला, की तो मसाला आणि पाव घेऊन तुम्ही कुठेही दाबेली खाण्याचा आनंद घेऊ शकता आणि इतरांनाही देऊ शकता. दाबेली या पदार्थाचा उगम नेमका कुठून झाला याचा शोध घेतला असता, नावावरून असं लक्षात येतं की, हा गुजराती किंवा राजस्थानी खाद्यप्रकार असावा. गुजराती भाषेत दाबेलीचा अर्थ होतो दाबलेला. गुजरातमधील काही खवय्ये मंडळींकडे याबाबत चौकशी केली असता आणखी काही रंजक माहिती मिळाली. त्या माहितीनुसार दाबेलीचं मूळ स्थान कच्छमधल्या मांडवी या भागातलं असून साधारण १९६०-६५च्या दरम्यान या पदार्थाचा उगम झालेला आहे. केशवजी गाभा नावाच्या व्यक्तीनं आपल्या घराचा उदरनिर्वाह चालवण्यासाठी हा खाद्यपदार्थ तयार केला. याला भांडवल तसं कमी लागतं आणि इतर फापटपसाऱ्याची गरज नसते. सुरुवातीला याची किंमती होती एक आणा! याच्या चटपटीत चवीमुळे आणि वाजवी किंमतीमुळे हा प्रकार तिथे लवकरच लोकप्रिय झाला. नंतर हळूहळू तो संपूर्ण भारतभर पसरला आणि सगळीकडेच लोकप्रिय झाला.

दाबेलीची थोडक्यात कृती सांगायची झाली तर, यात टोमॅटो आणि उकडलेला बटाटा एकत्र करतात. त्यामध्ये चवीनुसार आंबट-गोड चवीचा दाबेलीचा विशिष्ट प्रकारचा मसाला घालतात. मिश्रणावर खोबरं, कोथिंबीर घालून हे दाबेली मिश्रण तयार करून ठेवतात. दाबेली बनवून देताना पाव मध्ये कापून घेतात. त्यामध्ये

लसूण आणि लाल मिरचीची पातळ चटणी, तसंच चिंचेची चटणी घालतात. त्यावर दाबेलीचं मिश्रण पसरतात. वरून थोडे भाजलेले शेंगदाणे, डाळिंबाचे दाणे आणि शेव घालतात. मग पाव व्यवस्थित दाबून, हवे असल्यास बटर लावून गरम करतात. गरम न करता तसाच खाल्ला तरीसुद्धा हा प्रकार छान लागतो.

दाबेलीला चटपटीत चव देणाऱ्या दाबेली मसाल्याची आणि दाबेली मिश्रणाची कृती आता पाहू :

दाबेली मसाला : लाल सुक्या मिरच्या ४-५, दालचिनी पूड अर्धा चमचा, चक्रीफूल २, हिंग पाव चमचा, धणे १ चमचा, काळी मिरी १ चमचा, बडीशेप अर्धा चमचा, तमालपत्र २, जिरे अर्धा चमचा, आमचूर पावडर अर्धा चमचा

हे सर्व साहित्य एकत्र करून कोरडेच भाजून घ्यावे. थंड झाल्यावर मिक्सरमधून बारीक करून घ्यावे.

दाबेली मिश्रण : उकडलेला बटाटा १ वाटी, लसणाची पेस्ट १ चमचा, आल्याची पेस्ट १ चमचा, कच्च्या टोमॅटोची पेस्ट १ वाटी

दोन चमचे तेलात लसूण पेस्ट परतून घ्यावी. त्यात कच्च्या टोमॅटोची पेस्ट घालून शिजवून घ्यावी. यात उकडलेला बटाटा घालून मिश्रण घट्ट होईस्तोवर एकजीव करावं. नंतर चवीनुसार मीठ, साखर आणि दोन चमचे दाबेली मसाला घालावा. वरून खोबरं, कोथिंबीर घालून मिश्रण सामान्य तापमानापर्यंत थंड करावं. गरजेनुसार दाबेलीमध्ये घालून सर्व्ह करावं.

दाबेलीसारखाच अजून एक खाद्यपदार्थ अलीकडच्या काळात प्रसिद्ध झाला आहे. त्याचं नाव आहे शेवपाव! पुण्यात प्रसिद्ध झालेल्या या खाद्यपदार्थाचा जन्म अगदीच अलीकडचा, म्हणजे २०००च्या दरम्यानचा आहे. पुण्यातल्या धनकवडी भागातल्या एका तरुणानं 'लिटिल बाइट' या नावानं शेवपाव हा प्रकार सुरू केला. यामध्ये पाव मधून चिरून घेऊन त्यावर बटर, लसूण शेव घालून सॉसबरोबर खायला देतात. इतका साधा आहे हा प्रकार! पण शाळा-कॉलेजमधल्या युवक-युवतींमध्ये त्याला प्रचंड लोकप्रियता मिळाली. याचं कारणही तेच - खिशाला परवडेल अशी पण वेगळी चव. नंतर यात अनेक लोकांनी वेगवेगळे प्रयोग केले आणि त्यातून मेयॉनीज शेवपाव, टोमॅटो शेवपाव, पुदिना शेवपाव असे कित्येक नवनवे प्रकार उदयाला आले. आज वेगवेगळ्या शहरांतल्या अनेक दुकानांत हा प्रकार उपलब्ध आहे. मेयॉनीज शेवपावामध्ये कोणीकोणी स्वीटकॉर्नचे दाणे, मिक्स हर्ब्स घालून त्याला पाश्चिमात्य खाद्यपदार्थाची थोडी चव आणि रूप देण्याचा प्रयत्नही केला आहे. असा हा चाटसदृश प्रकार अवश्य खाऊन बघा.

मी अमेरिकेला गेलो असताना एका फूड फेस्टिव्हलमध्ये मी आपली दाबेली तर ठेवलीच, पण त्याचबरोबर तिथल्या लोकांना आवडेल असा दाबेलीचा वेगळा प्रकारही तयार करून ठेवला. यामध्ये एक वाटी उकडलेल्या बटाट्यात अर्धी वाटी स्वीट कॉर्न, अर्धी वाटी टोमॅटो सॉस, अर्धी वाटी फ्रेश क्रीम, अर्धा चमचा काळी मिरी, एक चमचा मिक्स हर्ब्स आणि चवीनुसार मीठ घालून दाबेली मिश्रण मसाला तयार केला. पाव मधून कापून त्यामध्ये हे मिश्रण भरलं. वरून डाळिंबाचे दाणे, भाजलेले शेंगदाणे आणि तळलेले नूडल्स घालून पाव बंद केला. तव्यावर गरमगरम शेकून वरून बटर लावून सर्व्ह केला. त्याला नाव दिलं 'फ्यूजन दाबेली'!

मिसळ

मिसळ हा महाराष्ट्रातील खवय्यांच्या अतिशय जिव्हाळ्याचा विषय आहे. त्यातही उत्तम मिसळ कुठली असा प्रश्न आलाच, तर नाशिक, पुणे आणि कोल्हापूर ही तीन शहरं अग्रेसर असतात. सर्वांनाच वाटतं, की आमचीच मिसळ सगळ्यांत चांगली! सगळ्यांनीच मिसळीला इतकं आपलं मानलं आहे, की आपल्याकडे मिळणारी मिसळ इतर शहरांच्या मिसळीच्या तुलनेत किती वरचढ आणि वेगळी आहे हे सिद्ध करण्याची जणू चढाओढ सुरू होते. त्यामुळे मिसळ कोणती मूळची, तिची सुरुवात नेमकी कुठे झाली अशा मुद्द्यांना वगळूनच आपण पुढे जाऊ.

ग्रामीण भागात मिसळीचा उगम झाला असावा याला दुजोरा देणाऱ्या काही गोष्टी नाशिकचे योगेश खेडमे सांगतात. ते सांगतात की, पूर्वी आठवडी बाजारात जवळच्या गावांमधून लोक यायचे. येताना भाज्या, भाकरी आणत. संध्याकाळच्या जेवणासाठी उरलेल्या भाज्या एकत्र करून त्यात थोडं तिखट, मीठ घालत. त्याचा वाढीव रस्सा तयार करत. यात हळूहळू बदल होत गेले असावेत. पुढे यात फरसाण घातलं गेलं. कोल्हापूरच्या मिसळीमध्ये वरून कांदा घातला गेला, तर मिसळ पुण्यात आल्यावर तिच्याबरोबर लिंबाची फोडही मिरवू लागली. महानगर मुंबईला मिसळ आल्यानंतर यात आणखी बरेच बदल झाले. विशेष करून मिसळीबरोबर पाव खाण्याची सुरुवात मुंबईत झाली. पूर्वी पाव फक्त इराणी लोकांकडे मिळत. मिसळ तयार करून इराण्याकडचे पाव वर्तमानपत्रात बांधून आणायचे आणि मिसळीवर ताव मारायचा असा मोठा कार्यक्रमच ठरून गेला. थोडक्यात काय तर, प्रत्येक प्रांतातल्या/शहरातल्या परिस्थितीनुसार मिसळीत बदल मिसळत गेले. नुसत्या नाशिकचाच विचार केला, तर नाशिकातल्या पाच-सहा वेगवेगळ्या भागांतल्या मिसळींची वेगवेगळी खासियत जाणवते. कुठे उसळींमध्ये फरक दिसतो, कुठे मसाल्यात, तर कुठे वरून घातल्या जाणाऱ्या पदार्थांत बदल झालेला दिसतो. अगदी मिसळीवर जे फरसाण घालतात त्यावरूनही कोण कसल्या प्रकारचे फरसाण कशा

वेगळ्या पद्धतीनं मिसळीवर घालतात, यावरही पैजा लावल्या जातात.

वेगवेगळ्या शहरांमध्ये मिसळीवर जो रस्सा घालतात, त्यालाही वेगवेगळी नावं आहेत. कोणी त्याला कट म्हणतात, तर कोणी तर्री, तर कोणी सॅम्पल म्हणतात. सगळ्यांचा अर्थ एकच. मिसळ सर्व्ह करण्याची आणि खाण्याचीही प्रत्येक ठिकाणची पद्धत वेगळी. स्वतःचं वेगळेपण आपल्या वैशिष्ट्यपूर्ण मिसळीतून जपणाऱ्या काही ठिकाणांची आपण थोडी माहिती घेऊ या.

मिसळ हा शब्द उच्चारल्याबरोबर मला माझ्या बालपणी पहिल्यांदा खाल्लेली नागपुरी मिसळ आठवते. आमचे बाबा आम्हाला शुक्रवारी तलावाजवळील जठारांचे ग्रामोदय संघ इथे घेऊन जात असत. तिथे चहाच्या बशीमध्ये भजी, त्यावर फरसाण आणि वर घातलेला एक प्रकारचा रस्सा, बरोबर दही असे जिन्नस मिसळ म्हणून मिळायचे. ही माझी मिसळीशी झालेली पहिली शब्दशः तोंडओळख! ती मिसळ फार चविष्ट लागायची. त्या मिसळीसारखी चव मला आजपर्यंत इतर कुठेही मिळाली नाही.

कोल्हापूरची फडतळे यांची मिसळ बरीच प्रसिद्ध आहे. इथे पंगत बसवून मिसळ वाढतात. यांचा पावसुद्धा वेगळा असतो. बटाट्याच्या भाजीवर मटकीची उसळ, फरसाण, खोबरं, कोथिंबीर, कांदा, लिंबू आणि कट असा हा मिसळीचा प्रकार.

पुण्यामध्ये तर मिसळीची अनेक दुकानं प्रसिद्ध आहेत. त्यांची नावंसुद्धा अफलातून, पुणेरी बाणा जपणारी! ठरावीक ठिकाणचीच मिसळ खाण्यासाठी १५-२० किलोमीटर प्रवास करून जाण्याचीही पुणेकरांची तयारी असते. इतकंच नव्हे, तर पुण्यात मिसळ-कट्टे तयार झालेले आहेत. अर्थात एवढ्यावर थांबतील, तर ते पुणेकर कसले? ही मंडळी मिसळीचे चक्क महोत्सव भरवतात आणि खवय्ये तिकडे

रांगा लावून वेगवेगळ्या मिसळींचा आस्वाद घेतात. पुण्यातील एक ध्येयवेडा तरुण अंबर कर्वे यानं मिसळीवरच्या प्रेमापोटी, अस्सल पुणेरी मिसळ जगभरात प्रसिद्ध व्हावी आणि उपलब्ध व्हावी म्हणून विशिष्ट तंत्रज्ञान वापरून मिसळीचं पॅकिंग केलं आहे. ही मिसळ फ्रीजशिवायसुद्धा वर्ष-दीड वर्ष व्यवस्थित राहते. अशा प्रकारे पुणेरी मिसळ आता सातासमुद्रापलीकडेही पोहोचली आहे.

वि. स. खांडेकर आणि आचार्य प्र. के. अत्रे यांच्या काही पुस्तकांत मिसळीबद्दल उल्लेख आलेले आहेत. त्यामध्ये पुण्याच्या वैद्य यांची मिसळ साधारण विसाव्या शतकाच्या प्रारंभी, म्हणजेच १९०६च्या सुमारास सुरू झाली. या मिसळीची खासियत म्हणजे यात लाल तिखटाचा वापर करत नाहीत. तिखटपणासाठी फक्त आलं आणि हिरवी मिरची वापरतात. मिसळ खाल्ल्यावर जळजळ होऊ नये म्हणून ते असं करतात. आजही ही परंपरा सुरू आहे. आता वैद्यकाकांची चौथी पिढी या व्यवसायात आहे. माटेकरांच्या मिसळीचा उल्लेखसुद्धा या पुस्तकात आलेला आहे. स्वातंत्र्यलढ्यादरम्यानची ही मिसळ असल्यामुळे असेल किंवा इतर काही कारणांमुळे, पण माटेकरांच्या मिसळीबरोबर पाव देत नसत. त्या काळी पाव हा इंग्रजांचा, बाटलेला असं मानत. ही मंडळी मिसळीबरोबर चक्क पुऱ्या देत. पुण्याप्रमाणेच ठाण्यातले मामलेदार यांची मिसळसुद्धा बरीच प्रसिद्ध आहे. हिचा इतिहाससुद्धा ६० वर्षं जुना आहे. आता 'मामलेदारांची मिसळ' असं म्हटल्यावर मामलेदार आडनाव असलेल्या माणसानं याची सुरुवात केली असावी असं आपल्याला वाटू शकतं. पण तसं नाही. मामलेदार कचेरीजवळ चालू केलेला हा मिसळीचा छोटा स्टॉल, म्हणून त्याला 'मामलेदारांची मिसळ' म्हणू लागले. तो स्टॉल लक्ष्मणराव नरसिंह मुर्डेश्वर यांनी सुरू केलेला. त्यांची तिसरी पिढी आता इथे काम करते आहे. केवळ ठाण्यातच त्यांच्या जवळपास वीसपेक्षा जास्त शाखा आहेत. आता तर ते आधुनिक पद्धतीचं मिसळीचं नवीन दालन सुरू करत आहेत. इथे महाराष्ट्रातल्या वेगवेगळ्या चवींच्या मिसळी तुम्हाला एकाच छताखाली मिळतील.

पश्चिम महाराष्ट्रात मिसळीला जो मान मिळाला, त्यामानानं महाराष्ट्रातल्या इतर प्रांतांत मिसळ तितकी लोकप्रिय झाली नाही. खान्देशात मिसळ नावाचा प्रकार नाही, पण तिथे मिसळीला 'उसळ' म्हणतात. नाही म्हणायला सध्या खान्देशातील जळगावात 'लोकप्रिय मिसळ' नावाचा जहाल तिखट प्रकार पाहायला मिळतो. याच्या रश्शामध्ये यसर (रस्सा दाट करण्यासाठीचा एक मसाला) वापरण्याची

पद्धत आहे. इथली अजून एक खासियत म्हणजे फरसाणाऐवजी शेव, फाफडा मिसळीवर घालतात.

आता वळू या विदर्भात. विदर्भात जी मिसळ मिळते, त्यात भजीचा वापर करतात. एका प्लेटमध्ये भजी ठेवून त्यावर काळ्या वाटाण्याचा जाडसर रस्सा घालतात. त्यावर पातळ पोह्यांचा तिखट लाल चिवडा, बारीक चिरलेला कांदा, कोथिंबीर, लिंबू किंवा काही ठिकाणी चिंचेची चटणी असं तयार करून देतात. याला 'चणा-चिवडा' असंसुद्धा म्हणतात.

महाराष्ट्र सोडून मराठीभाषक मंडळी जिथे जिथे आहेत, ते प्रदेश; उदाहरणार्थ, इंदूर, ग्वाल्हेर, बडोदा, बेळगाव इत्यादी ठिकाणीसुद्धा मराठी लोकांसाठी मिसळीची सोय झाली आहे. इंदूरला तर चक्क उपवासाची मिसळ मिळते. काजू-किसमीस घालून तयार केलेली बटाट्याची पांढरी भाजी, त्यावर उपवासाची खिचडी आणि वरून दाण्याची आमटी, सर्वांत वर बटाट्याचा चिवडा असं त्याचं स्वरूप असतं. बेळगावमध्ये मिसळ तितकीशी प्रचलित नसली, तरी त्याऐवजी रस-आलेपाक नावाचा एक वेगळा प्रकार मिळतो. हा प्रकार मिसळीचा पर्याय म्हणता येईल. हा उसाच्या रसाबरोबर खातात. यामध्ये भाजलेल्या दाण्यांना मीठ आणि लिंबाचा रस चोळून ठेवतात. फुटाणे बारीक करून त्यामध्ये थोडा लिंबाचा रस, चवीनुसार मीठ, बारीक चिरलेली हिरवी मिरची आणि किसलेलं आलं घालून याचे मोठ्या पेढ्याच्या आकाराचे लाडू बनवून ठेवतात. खायला देताना थोडे चुरमुरे, त्यावर पातळ पोहे, वरून तयार केलेले भरपूर शेंगदाणे, ओल्या नारळाचा कीस आणि त्यावर तो लाडू ठेवतात. खाताना आपण तो लाडू फोडून पोह्यांबरोबर एकत्र करून खायचा असतो. तोंडी लावायला मध्ये-मध्ये उसाचा रस प्यायचा. एकदम 'हट के' मामला!

गोव्यालाही मिसळीसारखा एक वेगळा प्रकार असतो. ओला नारळ वापरून केलेली पांढऱ्या वाटाण्याची उसळ, त्यावर बारीक चिरलेला कांदा, फरसाण आणि त्यासोबत गोवन पाव देतात. हे पाव थोडे गोडसर असतात. याशिवाय पिकलेली केळी, मैदा आणि यीस्ट घालून तयार केलेली बन्स-पुरी देण्याचीही इथे पद्धत आहे.

बऱ्याच गोष्टींची सरमिसळ असलेली आणि तरीही आपापल्या भागाचं वैशिष्ट्य जपणारी अशी ही मिसळ आपल्या खाद्यसंस्कृतीत छान मिसळून गेली आहे.

पाणीपुरी

काही पदार्थांची नावं घेतली, की तोंडाला पाणी सुटणं, दात आंबणं, चेहऱ्यावर हसू पसरणं असे बदल आपल्या शरीरात दिसून येतात. 'पाणीपुरी' हा शब्द उच्चारल्यावरही असंच काहीसं होऊ लागतं. पाणीपुरीचा प्रथम उल्लेख साधारणपणे १९५०-५५ या दरम्यान झालेला दिसतो. भारतात वेगवेगळ्या प्रदेशांत पाणीपुरीला वेगवेगळी नावं आहेत. असं म्हणतात की, पाणीपुरीची सुरुवात 'मगध' प्रदेशात झाली. त्यानंतर मध्य प्रदेश, उत्तर प्रदेश आणि नंतर भारतात सर्वत्र हा पदार्थ पोहोचला.

पाणीपुरीला महाराष्ट्र आणि दक्षिण भारतात अनेक ठिकाणी पाणीपुरी असंच म्हणतात. मात्र बिहार, झारखंड आणि पश्चिम बंगाल या प्रदेशात पाणीपुरी 'पुचका' या नावानं ओळखली जाते. दिल्ली, पंजाब, हरियाणा आणि मध्य प्रदेशच्या काही भागांत पाणीपुरीला 'गोलगप्पे' म्हणतात. गुजरात, कच्छ भागांत काही ठिकाणी पाणीपुरीला 'पाणी पकौडी' म्हटलं जातं. हरियाणा व मालवा इथल्या भागांत याला 'पाणी के पतासे' असं म्हणतात. उत्तर प्रदेशातल्या लखनऊ भागात 'पतासी' आणि 'पुचपुच' या नावानं पाणीपुरी प्रसिद्ध आहे. हैद्राबाद, ओडिशा, झारखंड इथे 'गुपचुप' म्हणतात, तर उत्तर प्रदेश आणि गुजरातमधील काही भागांत 'फुलकी'सुद्धा म्हणतात. बैतुल, हौशंगाबाद, मुलताई या भागांत पाणीपुरीला 'पानी की टिक्की' म्हणतात. सगळ्यात मजेदार नाव समजलं ते म्हणजे 'पडका'. उत्तर प्रदेशातल्या अलिगढ भागात पाणीपुरीसाठी हा शब्द ऐकला. गेल्या काही वर्षांत अमेरिकेतसुद्धा पाणीपुरी प्रसिद्ध होत आहे. तिथे याला 'वॉटर बॉल्स' असं म्हणतात. पाणीपुरीत नुसतं पाणी आहे असा गैरसमज करून घेऊ नका. कारण तुम्ही जर सात ते आठ पाणीपुऱ्या खाल्ल्या, तर तुम्हाला १०० कॅलरीज मिळतात. त्यामुळे आहाराबाबत जागरूक असलेल्या लोकांनी पाणीपुरीपासून सांभाळून राहावं.

प्रत्येक शहरात अशी काही खास ठिकाणं असतात, की त्या शहरातला माणूस अभिमानानं आपल्याला त्या ठिकाणी नेतो आणि सांगतो की 'अशी पाणीपुरी

तुम्हाला दुसरीकडे कुठेच मिळणार नाही.' रस्त्याच्या कडेला एखादा मळकट सदरा घातलेला माणूस, त्याच्याकडे असलेल्या टोपलीभर पुऱ्या, लाल कापड गुंडाळलेले पाण्याचे दोन माठ असं दृश्य पाणीपुरी म्हटल्यावर पूर्वी डोळ्यांसमोर यायचं. पण आता ही संकल्पना बदलेली आहे. स्वच्छता आणि नीटनेटकेपणा याकडे असलेला लोकांचा कल बघून काही मंडळींनी पाणीपुरीच्या आधुनिक गाड्या सुरू केल्या आहेत. त्यामध्ये पुऱ्या काचेच्या बंद पेटीत असतात. काचेच्या माठांमधलं विविध स्वादांचं, विविध रंगांचं पाणी आपलं लक्ष वेधून घेतं. 'पाणीपुरीचं पाणी तयार करायला शुद्ध, बाटलीबंद पाणी वापरलेलं आहे.' असा बोर्डही काही गाड्यांवर

पाहायला मिळतो. पाणीपुरी तयार करून देणारी व्यक्तीही नीटनेटक्या कपड्यांमध्ये, प्लास्टिकचे हँडग्लोव्हज घातलेली असते. आजकाल तर पाणीपुरी हा असा पदार्थ झाला आहे, की ज्याशिवाय प्रदर्शनं, लग्न, इतर काही समारंभ पूर्ण होत नाहीत.

आता आपण पाणीपुरीच्या प्रकारांकडे वळू. प्रथम आपली नेहमीची पाणीपुरी. यामध्ये आंबट, गोड असे दोन प्रकार असतात. त्यानंतर हिंग, पुदिना, कोथिंबीर,

आवळा, लिंबू, आंबा, कोकम अशा वेगवेगळ्या स्वादांचं पाणी असलेली पाणीपुरी. यात मग स्टफिंगसुद्धा देशी चणे, पांढरे वाटाणे, काबुली चणे, भिजवलेले दाणे, उकडलेला बटाटा, पांढऱ्या वाटाण्याची उसळ (रगडा) असं वेगवेगळं असतं. रगडा हा मात्र गरम पाणीपुरीचा प्रकार आहे. यामध्ये पांढऱ्या वाटाण्यांचा वापर करून तयार केलेला मसालेदार रगडा पुरीत घालून नंतर पाण्यात बुडवून देतात. पाणीपुरी खाल्ल्यानंतर काही ठिकाणी कडक, चपट्या पुरीवर बटाट्याची भाजी, चिंचेची चटणी आणि शेव घालून देण्याची प्रथा आहे; जेणेकरून पाणीपुरी खाऊन जिभेचा दाह किंवा तोंड तिखट झालेलं असेल, तर कमी व्हावं. आता शेजवान पाणीपुरी, चॉकलेट पाणीपुरी, मिष्टी पाणीपुरी, शॉट पाणीपुरी असे नवीन प्रकार बाजारात आले आहेत. मुंबईत बांद्रा इथे एका वातानुकूलित रेस्टॉरंटमध्ये पाणीपुरी देण्याची वेगळी पद्धत आहे. तुम्ही टेबलवर बसलात, की कॅप्टन तुमची ऑर्डर घ्यायला येतो. त्यानंतर तुम्हाला ज्या स्वादाचं पाणी हवं असेल, ते फ्लेवर्स भरलेल्या प्लास्टिकच्या मोठ्या सीरिंज आणून देतो. थोड्या वेळात एका ट्रॉलीवर छोटा मायक्रोवेव्ह आणि भरपूर पाणीपुऱ्या असलेला ट्रे येतो. तुमच्या टेबलसमोर उभा राहून मायक्रोवेव्हवर तो तुम्हाला पुरी चाळीस सेकंदं गरम करून देतो. यामुळे ती पुरी कुरकुरीत होते आणि अर्थातच त्यामुळे जास्त पुऱ्या खाल्ल्या जातात.

पाणीपुरीचा अजून एक प्रकार म्हणजे शॉट पाणीपुरी. यामध्ये मसाला भरलेल्या पाणीपुऱ्या छोट्याशा काचेच्या ग्लासवर ठेवतात. त्या ग्लासमध्ये वेगवेगळ्या चवींचं पाणी असतं. दुसऱ्या एका प्रकारात पाणीपुरीचं भांडं समोर आणून ठेवतात. छोट्या शॉट ग्लासमध्ये पाणीपुरीची चटणी घालून ठेवलेली असते. वेटर सोडा वॉटरची बॉटल घेऊन असतो. तुम्ही त्याला सांगितलं, की तो समोर येऊन शॉट ग्लासेसमध्ये सोडा घालतो. पाणीपुरी आणि त्यावर हा सोड्याचा शॉट असा दुहेरी आनंद तुम्हाला मिळतो. यानंतर अजून एक अफलातून प्रकार म्हणजे पाणीपुरीला व्हाईट चॉकलेटचं किंवा डार्क चॉकलेटचं कोटिंग देतात. सर्व्ह करतेवेळी त्यात चॉकलेट शेक किंवा व्हॅनिला शेक भरून देतात.

आजकाल 'डेझर्ट पाणीपुरी' किंवा 'मिठीया पाणीपुरी' असा नवीन प्रकार आला आहे. त्यामध्ये रव्याच्या पाणीपुऱ्या असतात. त्यात छिद्र करून रबडी भरली जाते आणि त्यावर चांदीचा वर्ख, केशर, बदाम-पिस्त्याचे काप इत्यादींनी ती सजवून सर्व्ह केली जाते.

जसे पाणीपुरीच्या पाण्याचे वेगवेगळे प्रकार आपल्याला पाहायला मिळतात, तसेच पुरीचेसुद्धा वेगवेगळे प्रकार आहेत. यात मैद्याची, कणकेची, रव्याची, रवा-कणकेची, रवा-मैद्याची पुरी आणि आजकाल उपवासाचीसुद्धा पुरी बनवतात. उपवासाच्या पुरीमध्ये शिंगाडा, साबुदाणा यांचं पीठ एकत्र करून त्याच्या पुऱ्या करतात. पाणीपुरीच्या पाण्यात जे जिन्नस घालतात, त्यामध्ये असे बरेच जिन्नस आहेत जे उपवासाला चालतात. पुऱ्या करण्यासाठी पुऱ्यांची कणीक मीठ न घालता घट्ट भिजवायची. चांगली तिंबून ती अर्धा तास ठेवायची. त्यानंतर त्याच्या छोट्या पुऱ्या लाटून किंवा एक मोठी पुरी लाटून छोट्या वाटीच्या साहाय्यानं छोट्या पुऱ्या कापून, तळून घ्यायच्या. तळताना तेल थंड नको, तसंच खूप गरमसुद्धा नको. पुरी तेलात सोडल्यावर त्यावर झाऱ्यानं गरम तेल घालायचं. त्यामुळे पुरी फुगायला लागते. हा नियम लक्षात ठेवा. आजकाल काही ठिकाणी पुरीचा आकार लांब करतात, जेणेकरून ती सहजपणे तोंडात टाकता येईल.

आता पाणीपुरीच्या पाण्याकडे वळू. यासाठी सर्वप्रथम आपल्याला चाट मसाला बनवावा लागेल.

चाट मसाला

साहित्य : सुंठ ४ चमचे, जिरं ३ चमचे, काळं मीठ २ चमचे, आमचूर पावडर १ चमचा, काळी मिरी १ चमचा, साधं मीठ अर्धा चमचा, तिखट पाव चमचा, साखर चिमूटभर, हिंग पाव चमचा

कृती : सर्वप्रथम काळी मिरी आणि जिरं वेगवेगळं भाजून घ्यावं. थंड झाल्यावर बाकी सर्व जिन्नस एकत्र करून मिक्सरमधून त्याची पूड बनूवन घ्यावी.

पाणीपुरीचं पाणी

साहित्य : पुदिन्याची चटणी १ वाटी, चिंचेचा कोळ अर्धी वाटी, काळं मीठ अर्धा चमचा, जिरेपूड १ चमचा, साधं मीठ अर्धा चमचा, गूळ २ चमचे

कृती : सर्व जिन्नस वाटून एकत्र करावे. त्यात आवश्यकतेनुसार पाणी घालावं आणि ढवळून घ्यावं.

चिंच-खजूर चटणी

साहित्य : खजूर अर्धी वाटी, चिंचेचा कोळ अर्धी वाटी, काळी मिरी १ चमचा, मीठ चवीनुसार

कृती : थोड्या टेलावर चिंचेचा कोळ आणि खजूर परतून घ्यावा. त्यात काळी मिरी व मीठ घालून परतावं. त्यानंतर हे मिश्रण मिक्सरमध्ये वाटून घ्यावं.

सँडविच

जगात काही पदार्थ असे आहेत, की ते काहीतरी घटना किंवा अपघात घडल्यानं तयार झालेले असतात. अशाच प्रकरात मोडणारा आणि सर्वांचा आवडता, सोपा प्रकार म्हणजे सँडविच!

सँडविच हा शब्द उच्चारल्यावर लगेच आपल्या डोळ्यांसमोर दोन पावांमध्ये भरलेले काही जिन्नस अशी प्रतिमा येते. तसंच, सँडविच हा शब्द बऱ्याच वेळेला उपमा (खायचा नव्हे, द्यायची उपमा) म्हणूनही वापरला जातो. अमुकअमुक वस्तूचं इतर दोन वस्तूंमध्ये सँडविच झालं, या अर्थानं तो वापरला जातो. पण सँडविच हे इंग्लडमधल्या एका शहराचं नाव आहे. या शहराशी संबंधित एक-दोन घटनांमुळे या पदार्थाचं नाव सँडविच असं रूढ झालं असं मानलं जातं.

पहिली घटना अशी की, सँडविच या शहरात एक मनुष्य होता. त्याला पत्ते खेळणं आणि खाणं या गोष्टी प्रिय होत्या. पण त्याचा पत्त्यांचा शौक इतका वाढला होता, की त्याला जेवायला वेळ मिळत नसे. हात खराब न होता, खेळताखेळताच सहज खाता यावं यासाठी त्यानं उपाय शोधला. चिरलेल्या काही भाज्या ब्रेडवर घातल्या. त्याला चव यावी म्हणून त्यावर टोमॅटो सॉस घातला आणि हे सर्व जिन्नस खाली पडू नयेत म्हणून त्यावर ब्रेडचा दुसरा तुकडा ठेवला. इथून पुढे त्याचं पत्ते खेळणं आणि जेवण एकाच वेळी होऊ लागलं. मग या पदार्थाला त्याने सरळ आपल्या शहराचंच नाव दिलं - 'सँडविच'.

दुसरी दंतकथा वाचण्यात आली होती ती अशी...

याच सँडविच शहरातला एक मनुष्य कामासाठी जवळच्या शहरात गेला होता. दिवसभर काम करून थकल्यामुळे संध्याकाळी त्याला खूप भूक लागलेली होती. तो बाजारात गेला, पण सगळी दुकानं बंद झाली होती. एकच दुकान त्याला उघडं दिसलं. त्यानं दुकानाच्या मालकाला 'काही खायला मिळेल का' असं विचारलं. पण दुकानात काहीच शिल्लक नसल्याचं मालकानं सांगितलं. शेवटी त्यानं किमान

'पावाचा एखादा तुकडा असेल तर द्या' अशी विनंती केली. मग मालकानं पावाचा तुकडा त्याला दिला. नुसताच पाव कसा द्यायचा, असा विचार करून त्यानं त्याला भाजलेले मांसाचे दोन-तीन तुकडे त्यामध्ये घालून, गुंडाळून पाव दिला. या मनुष्यानं तो पाव तसाच खाल्ला. त्याला ती चव आवडली. दुसऱ्या दिवशी पुन्हा तो कामासाठी परत त्याच शहरात गेला आणि त्याच दुकानात जाऊन त्यानं मालकाला आदल्या दिवशी दिलेल्या पदार्थाची मागणी केली. मालकालाही कौतुक वाटलं. त्यानं पुन्हा पावामध्ये मांसाचा तुकडा भरला. थोडी चव यावी म्हणून त्याबरोबर कच्चे टोमॅटो, कांदे, सॉस, सॅलड असं काही काही त्यात भरून त्याला दिलं. त्या मनुष्याला हा पदार्थ आदल्या दिवशीच्या पदार्थापेक्षाही जास्त रुचकर लागला. पैसे देताना मालकानं त्या व्यक्तीला त्याचं गाव विचारलं. त्यानं 'सँडविच' असं सांगितलं. पुढे त्या मालकानं दुकानात येणाऱ्या इतरांनाही तसाच पदार्थ तयार करून दिला आणि ज्या व्यक्तीसाठी पहिल्यांदा तो तयार केला, त्याच्याशी संबंधित असं 'सँडविच' हेच नाव पदार्थाला दिलं. तेव्हापासून ते नाव त्या पदार्थाशी जोडलं गेलं.

कालांतरानं लोकांनी सँडविचवर वेगवेगळे प्रयोग केले. त्यात बटर आणि चीज घातलं; वेगवेगळ्या भाज्या, मांस अशा प्रकारचे जिन्नस घालून त्याची चव वाढवली. पुढे काही लोकांनी हे सर्व जिन्नस घातलेला तो ब्रेड ग्रिलवर भाजला आणि त्याला 'ग्रिल्ड सँडविच' असं नाव दिलं. सँडविचशी मिळतेजुळते अनेक पदार्थ नंतर तयार झाले. बर्गरची सुरुवात साधारण १७६०च्या दरम्यान झाली, असं म्हणतात.

पुढे १९५५नंतर मॅकडोनाल्डच्या प्रयत्नांनी ते लोकप्रिय झालं. त्यानंतर दहा वर्षांनी म्हणजे १९६५मध्ये 'सब-वे सँडविच' नावाचा प्रकार सुरू झाला. त्यामध्ये लांबट अशा पावामध्ये वेगवेगळ्या प्रकारचे, आपल्या आवडीचे सॉस, भाज्या, मांस घालून सँडविच तयार करतात. जगभरातल्या अनेक देशांत न्याहारी, जेवण यांसाठी सँडविचला मोठ्या प्रमाणात मागणी असते. काठीरोल, सँडविच ढोकळा, सँडविच मिठाई इत्यादी यांतलेच प्रकार म्हणता येतील.

सँडविचमध्ये मी केलेला वेगळा प्रयोग म्हणजे इंडियन कॉटेज सँडविच. यामध्ये भाकरी मध्यात कापून, आतमध्ये हिरवी चटणी आणि लोणी लावून त्यावर कांद्याच्या चकत्या आणि झुणका भरून खायला द्यायचे.

तर अशी ही सँडविचची गोष्ट पुढे कशी वाढत जाईल, हे आत्ताच सांगणं कठीण आहे.

पिझ्झा

खाद्यजगतात काही गोष्टी इतक्या प्रसिद्ध आहेत, की त्या जगभरात कुठेही तुम्हाला मिळू शकतात. आशिया खंडातील नूडल्स, भारतातील करी, पश्चिमेकडील ब्रेड, पिझ्झा ही काही वानगीदाखल नावं. त्यांपैकी पिझ्झा या पदार्थानं मात्र आपल्या मल्टिनॅशनल रेस्टॉरंट्सच्या जाळ्याद्वारे अनेक देशांमध्ये, अगदी मध्यम आकाराच्या गावांमध्येही प्रवेश केला आहे. पिझ्झा मूळचा इटलीचा समजला जातो. पारंपरिक पद्धतीत पिझ्झा हा मातीच्या आडव्या रांजणामध्ये कोळसे पेटवून भाजत असत. कालांतरानं भट्टीच्या आकारात सोयीस्कर बदल होत गेले. पूर्वी लाकूड आणि कोळशावर तयार होणारा पिझ्झा नंतर इलेक्ट्रिक ओव्हनमध्ये होऊ लागला. मात्र गेल्या काही वर्षांत लोक पुन्हा पारंपरिक पद्धतीकडेही वळत आहेत. वातानुकूलित रेस्टॉरंटमध्ये बसून वीटभट्टीत आपल्यासमोर तयार होणारा पिझ्झा लोकांना पाहायला आणि खायलाही आवडतो. तारांकित रेस्टॉरंटमध्ये आजकाल 'ट्रॅव्हल पिझ्झा' हा प्रकार दिसतो. यामध्ये ग्राहकांना पिझ्झाचा पूर्ण प्रवास समोर दिसत असतो. एक लांब ओव्हन असतो. त्याच्या पुढच्या बाजूला काच असते. ओव्हनच्या एका बाजूला शेफ तुमच्यासमोर पिझ्झा बेसवर तुमच्या आवडीनुसार सॉस आणि भाज्या घालतो. मग तो पिझ्झा कन्व्हेयर बेल्टवर ठेवतो. बेल्टवरून पुढे जात हा पिझ्झा ओव्हनमध्ये जातो. ओव्हनला समोर काच असल्यामुळे ही सर्व प्रक्रिया आपल्या डोळ्यांना दिसत असते. त्यामुळे पिझ्झा खाण्याचा आनंद द्विगुणित होतो.

तज्ज्ञांच्या सांगण्यानुसार इटलीमध्ये पिझ्झा किंवा पिझ्झासदृश पदार्थ साधारण सोळाव्या शतकात सुरू झाला असावा. आपल्याला वाचून आश्चर्य वाटेल, की पूर्वी पिझ्झा हा खजूर, मिक्स हर्ब्स, ऑलिव्ह ऑईल वापरून तयार करत असत. कालांतरानं नुसत्या ब्रेडवर वेगवेगळ्या भाज्या, चीज, स्वादासाठी हर्ब्स एवढ्यांचाच वापर होऊ लागला. कामकरी वर्गाला कमी वेळात, कमी पैशांत पोट भरण्यासाठी हा पदार्थ उपयुक्त वाटला. सैनिकांनाही युद्धाच्या वेळी सहज खाण्यायोग्य म्हणून या

पदार्थाचा नावलौकिक होता, असं म्हणतात. एखाद्या गोष्टीची ख्याती झाली, की शेफ मंडळी त्यावर वेगवेगळे प्रयोग करून पाहतात. पूर्वीचा पिझ्झा ब्रेडपासून तयार करत असत. नंतर काही लोकांनी ब्रेड बनवण्यासाठीच्या पिठाची पोळी लाटली आणि त्यावर भाज्या घातल्या. चव वाढवण्यासाठी पुढे कोणी त्यावर टोमॅटोचा विशिष्ट प्रकारचा सॉस बनवून घातला. कोणी वेगवेगळ्या प्रकारचं चीज घालून पाहिलं. या प्रयोगांतून आणखी काही नवीन गोष्टी कळल्या. भाज्या आणि चीज घालून पिझ्झा भाजायला ठेवल्यावर चीजचा स्वाद असलेला भाज्यांचा रस पिझ्झाच्या तळापर्यंत जाऊन पिझ्झाच्या पोळीचा भाग गरम तव्यामुळे कुरकुरीत होऊ लागला. त्याच वेळी वरचा भाग मात्र ब्रेडप्रमाणे मऊ राहत होता. शिवाय त्यावर घातलेलं चीज पिझ्झा भाजताना वितळून वेगळंच कॉम्बिनेशन तयार झालं. असं करत करत आजचा पिझ्झा तयार झाला.

पिझ्झामध्ये लोकप्रिय झाला तो 'मार्गारिटा पिझ्झा'. नेपोलिसमधील लोकांनी साधारण अठराव्या शतकात तयार केलेला पिझ्झा हा मार्गारिटा पिझ्झा किंवा लॅटपिझ्झा म्हणून ओळखला जातो. यामध्ये यीस्टचा वापर अतिशय कमी केला जातो किंवा नसतोच. त्याला मार्गारिटा नाव कसं पडलं त्याची एक कथा सांगितली जाते. एकदा इटलीचा राजा अंबर्टो हा सुटीसाठी नेपल्स या शहरात आला होता. त्याच्याबरोबर राणी मार्गारिटासुद्धा होती. इथला पिझ्झा उत्कृष्ट असतो असं राजाला समजलं, म्हणून राजानं पिझ्झा खाण्याची इच्छा व्यक्त केली. मग स्थानिकांनी पोम्पी या गावातून राफेल एक्स्पोसिटो नावाच्या, पिझ्झा तयार करणाऱ्या माणसाला पाचारण केलं. राजानं त्याला मार्गारिटा राणीसाठी ' 'हट के' पिझ्झा तयार कर' अशी आज्ञा दिली. या आचाऱ्यानं मग घाईघाईत पिझ्झाकरता पीठ भिजवलं. त्यात थोडं यीस्ट घातलं, पण पीठ आंबवण्यासाठी वेळ नसल्यानं ते पीठ तसंच लाटून घेतलं. त्यावर घालण्यासाठी टोमॅटो, सिमला मिरची इत्यादी भाज्या वापरून एक सॉस तयार केलं. ते पसरवून त्यावर टोमॅटोच्या चकत्या, चीज आणि हिरव्या रंगाची बेसिलची

पानं घालून तो पिझ्झा भाजला. पिझ्झावर घातलेल्या भाज्यांची रंगसंगती तिथल्या ध्वजाच्या रंगाशी मिळती-जुळती होती. हा पिझ्झा चवीलाही उत्कृष्ट होता, त्यामुळे राणीला फार आवडला. हाच पिझ्झा पुढे त्या राणीच्या नावानं म्हणजे 'मागरिटा पिझ्झा' म्हणून ओळखला जाऊ लागला.

यानंतर वेगवेगळ्या पद्धतीचे आणि नावाचा पिझ्झा बनविण्याची जणू शर्यतच सुरू झाली. प्रसिद्ध शेफ अर्ड्स यानं आणि त्याच्या मैत्रिणीनं मिळून 'मरिनारा' नावाचा एक पिझ्झा तयार केला. हाही पिझ्झाचा एक प्रसिद्ध प्रकार आहे. अर्डस यानं हा पिझ्झा टोमॅटो, लसूण, चीज आणि ऑरेगानो वापरून तयार केला होता. यामध्ये जो सॉस वापरला होता, त्याचं नाव 'मारिनर्स' असं होतं. म्हणून त्याला त्यानं 'मारिनारा' पिझ्झा असं नाव दिलं.

दूरदर्शनवर कार्यक्रम करताना पिझ्झाचे मी शोधून काढलेले माझ्या आवडीचे तीन प्रकार इथे तुमच्यासाठी देत आहे :

कोन पिझ्झा

हा पिझ्झा चहाच्या उभ्या ग्लासच्या आकाराचा असतो, सहज हातात घेऊन खाता येईल असा. याला खाण्यासाठी सुरी-काट्याची गरज लागत नाही. पिझ्झासाठी नेहमीप्रमाणे पीठ भिजवून ते ॲल्युमिनियमच्या एका ग्लासमध्ये आतल्या बाजूनं तेलावर थापून घ्यावं. मध्ये पोकळी राहील याची काळजी घेऊन ७-८ मिनिटं बेक करावं. वरून त्यामध्ये कॉनकॅस (पिझ्झा सॉस), भरपूर भाज्या आणि चीज घालून, वर पुन्हा चीज पसरवून ब्राऊन होईपर्यंत बेक करावं. आइसक्रीम खातो तसा हा पिझ्झा खायचा.

भाकरी पिझ्झा

यासाठी ज्वारीच्या पिठात अर्धी वाटी कणीक, मिक्स हर्ब्स, यीस्ट घालून त्याचा गोळा मळावा. कणकेमुळे यीस्ट कार्यान्वित होऊन तो गोळा थोडा फुगतो. नेहमीच्या पद्धतीनं पिझ्झा बेस लाटून त्यावर काट्या-चमच्यानं मार्किंग करून बेक करावं. आलं-लसूण, टोमॅटो, चवीला मीठ, किंचित गूळ घालून घट्टसर चटणी वाटून घ्यावी. पिझ्झा बेसवर ही भारतीय पद्धतीची टोमॅटो चटणी घालावी. त्यावर आवडीनुसार टोमॅटो, कांद्याच्या स्लाईस, चीज घालून पिझ्झा बेक करून घ्यावा.

आइसक्रीमबरोबर खाण्याचा पिझ्झा

हा डेझर्टचा प्रकार आहे. यात मैदा, कणीक अर्धी-अर्धी घेऊन त्यात यीस्ट, चवीनुसार मीठ आणि लोणी घालून पीठ करून घ्यावं. दहा मिनिटांनंतर पीठ फुगून आल्यानंतर त्याचा नेहमीप्रमाणे पिझ्झा बेस बनवावा. त्यावर थोडं लोणी, मिक्स फ्रुट जॅम किंवा ऑरेंज मार्मालेड पसरवून, त्यावर आवडत्या फळांचे तुकडे घालावे. वरून भरपूर चीज घालून पिझ्झा बेक करावा. नंतर आइसक्रीमबरोबर हा पिझ्झा खावा.

हे झाले पिझ्झावर केलेले वेगवेगळे प्रयोग. आता मूळ पिझ्झा कसा तयार करतात त्याची कृती बघू या.

पिझ्झा बेस : १ किलो मैदा (मैद्याऐवजी अर्धी कणीक आणि अर्धा मैदासुद्धा घेऊ शकता), यीस्ट २० ग्रॅम, मीठ २० ग्रॅम, तेल ३० ग्रॅम, साखर १५ ग्रॅम, मिल्क पावडर १ चमचा आणि कोमट पाणी ४०० मिली

सर्वप्रथम यीस्ट, थोडी साखर, १ चमचा कणीक आणि कोमट पाणी एकत्र करून काचेच्या ग्लासमध्ये ठेवून १० मिनिटं फुलू द्यावं. त्यानंतर असं तयार झालेलं यीस्ट, मैदा, मिल्क पावडर, मीठ, उरलेली साखर आणि पाणी एकत्र करावं आणि तेल घालून छान मळून घ्यावं. तेल सर्वात शेवटी घालण्याचं कारण असं की, जर आधीच तेल घातलं तर पिठात पाणी पूर्णपणे शिरत नाही आणि त्याचा परिणाम पिझ्झा बेसवर होतो. हे तयार केलेलं पीठ १० मिनिटं उबदार जागेत ओल्या कापडानं झाकून ठेवावं. नंतर ज्या आकाराचा पिझ्झा हवा, तेवढी पोळी लाटून त्यावर चमच्यानं मार्किंग करून घ्यावं आणि ७ ते ८ मिनिटं १६० डिग्री सेल्सिअसवर प्रीहीट केलेल्या ओव्हनमध्ये बेक करून घ्यावं. अशा प्रकारे पिझ्झा बेस तयार झाल्यावर यावर पिझ्झा सॉस - ज्याला कॉनकॅस असं म्हणतात - पसरवून त्यावर सिमला मिरची, टोमॅटो, कांदा, ऑलिव्ह इत्यादी आवडीनुसार भाज्या पसरवून घ्याव्या. शेवटी त्यावर मोझरेला, प्रोसेस्ड आणि शेडर चीज समप्रमाणात पसरवून घालावं. यानंतर पुन्हा चीज वितळेपर्यंत बेक करावं.

कॉनकॅस सॉस : हा सॉस तयार करण्यासाठी वाफवून बारीक केलेले टोमॅटो ३०० ग्रॅम, तेल २० ग्रॅम, बारीक चिरलेला कांदा १५ ग्रॅम, लसूण १५ ग्रॅम, सेलरीची पानं ५ ग्रॅम, मीठ ६ ग्रॅम, काळी मिरी पावडर ५ ग्रॅम, मिक्स हर्ब्स ५ ग्रॅम असं साहित्य घ्यावं.

सर्वप्रथम एका भांड्यात तेल घेऊन, त्यावर कांदा-लसूण परतून त्यात बारीक चिरलेला टोमॅटो घालावा. मिश्रण जवळपास २०-२५ मिनिटं शिजवून घ्यावं. नंतर त्यात उर्वरित जिन्नस घालून आवश्यकतेनुसार घट्ट किंवा पातळ करून घ्यावं. थंड करून हा सॉस फ्रीजमध्ये बरेच दिवस ठेवू शकतो.

असा हा जगप्रसिद्ध पिझ्झा भारतात आल्यावर आपण त्याला आपल्या वेगवेगळ्या चवी देऊन आपलासा करून घेतला. आपल्या लोकांना पनीर आवडतं म्हणून त्यावर भाज्यांबरोबर पनीर घालायला सुरुवात केली. ताज गेट-वे, पुणे इथले एक शेफ आशिष वानखेडे यांनी पिझ्झावर सावजी पद्धतीची जहाल तिखट

ग्रेव्ही वापरून नॉनव्हेज खाणाऱ्यांसाठी एक वेगळा प्रकार तयार केला. तुम्हीसुद्धा वेगवेगळ्या प्रकारचे, तुमच्या आवडीचे, कल्पनेतले पिझ्झे तयार करा. तयार करताना घरच्या मुलांनासुद्धा बरोबर घ्या. त्यामुळे त्यांना एकत्र काम करण्यातली मजा कळेल. घरातलं वातावरण आनंदी होईल. पिझ्झात चीज घालताना एक गोष्ट जरूर लक्षात ठेवा - तुम्ही जितकं चीज वापरणार त्यामध्ये अर्धी वाटी मोझरेला चीज, अर्धी वाटी प्रोसेस्ड चीज आणि अर्धी वाटी शेडर चीज एकत्र करून वापरा. त्यामुळे पिझ्झाचा तुकडा उचलताना चीजच्या ज्या तारा निघतात त्याचा अनुभव तुम्हाला घेता येईल. शेडर चीज दोन प्रकारची असतात - पिवळं आणि पांढरं. त्यांपैकी पिवळ्या रंगाचं चीज घ्यावं. शेडर चीज उपलब्ध नसेल तर प्रोसेस्ड आणि मोझरेला चीज समप्रमाणात घ्यावं.

पिझ्झा जगभर अनेक ठिकाणी मिळत असला, तरी निरनिराळ्या ठिकाणांचे गुण त्याला लागतातच. उदाहरणच सांगायचं झालं, तर अमेरिकेत पिझ्झाबरोबर वरून सॉस घेऊन खाणं म्हणजे पिझ्झाचा किंवा पिझ्झा बनविणाऱ्याचा अपमान समजतात. आपल्याकडे मात्र सर्रास पिझ्झाबरोबर वरून सॉस घेण्याची पद्धत आहे. आहे ना गंमत!

भाताचे प्रकार

भात

काही वर्षांपूर्वी माझी एक मैत्रीण वर्षभरासाठी जपानला गेली होती. तिथे तिला सगळ्यात मोठी अडचण आली ती जेवणाची! तिथे भात आणि दही भरपूर प्रमाणात मिळतं आणि कुठेही मिळतं हे तिकडे जाण्याआधी तिला समजलं. त्यामुळे आपण किमान उपाशी राहणार नाही या विचाराने तिला हायसं वाटलं होतं. पण प्रत्यक्षात तिथे गेल्यावर तिथला चिकट भात तिच्या घशाखाली उतरेना... सांगायची गोष्ट काय, तर नेहमीचाच असला तरी वेगळ्या पद्धतीनं केलेला पदार्थ आवडेलच असं नाही. भात हा एकच प्रकार असा असेल, जो जगभरात खाल्ला जातो. पण प्रत्येक देशातल्या भाताची चव किंवा करण्याची पद्धत वेगळी असते! प्रत्येक देशातल्याच नाही, तर आपल्या देशातल्या प्रत्येक प्रांतातही वेगवेगळ्या पद्धतीनं भात केला जातो.

बाळाची जेवणाची सुरुवात होते ती भातापासूनच. त्यानंतर आयुष्यभर भात आपल्या जीवनातला अविभाज्य अंग बनतो. आम्ही लहान असताना मे महिन्याच्या सुट्टीत जेव्हा मामाकडे जात असू, तेव्हा एकदा तरी न्याहारीला मेतकूट घालून केलेल्या गुरगुट्या भाताचा बेत असायचाच. आजीने केलेलं मेतकूट, लिंबाचं लोणचं, पोह्याचा पापड आणि भरपूर तूप घातलेला गुरगुट्या भात खाण्याची आणि तेही सगळ्या भावडांनी मिळून खाण्यातली मजा काही वेगळीच असे. जर भातात खाली खरपुडी धरली असेल, तर समोरचा गरमगरम भात बाजूला टाकून खरपुडी खाण्यासाठीच जास्त भांडण होत असे! मामाकडे एका वेळी इतके लोक जेवायला असत, की प्रेशर कुकरमध्ये भात केला, तर चार-पाच वेळा तरी कुकर लावाला लागला असता. त्यामुळे गॅसवर किंवा अंगणात चुलीवर मोठ्या पातेल्यात भात शिजवला जायचा. मामीचं किंवा आजीचं तांदळाला लागणाऱ्या पाण्याचं प्रमाण इतकं अचूक असे, की त्यांना भातावरचं झाकण उघडून सारखं बघावंच लागत नसे. नव्या तांदळाला दीडपट पाणी, तर जुन्या तांदळाला दोन-सव्वा दोनपट पाणी लागतं हा त्यांचा अंदाज आमच्याही डोक्यात इतका पक्का बसला होता, की पुढे स्वयंपाक

करायला लागल्यावर भाताला पाणी किती घालायचं हे वेगळं सांगावंच लागलं नाही. तांदूळ चोळून धुवायला लागलं, की मामीचं ठरलेलं वाक्य असे, 'तांदूळ धुताय की कपडे! तांदूळ कसा अलगद धुवायचा, म्हणजे तांदळाचा दाणा मोडत नाही.' चार वेळा पाणी काढून टाकलं, की लगेच भात शिजत ठेवायचा. काही लोक तांदळात कीड पडू नये म्हणून बोरिक पावडर लावतात. असा तांदूळ मात्र सगळी पावडर निघून जाईस्तोवर स्वच्छ धुवावाच लागतो. गुरगुट्या भात करण्यासाठी साधारणपणे भात कुकरमध्ये न शिजवता थेट विस्तवावर शिजवलेला अधिक चांगला. नेहमीच्या भातात जितकं पाणी घातलं जातं, त्यापेक्षा दुप्पट पाणी घालून झाकण ठेवून भात छान मऊ शिजवून घ्यावा. भाताचं पाणी झाकणावर आल्यावर तिथे जी साय जमते, तीदेखील छान लागते. खास पंगत असेल, तेव्हा बासमती तांदळाचा भात केला जात असे. रोजच्या जेवणासाठी कोलम किंवा आंबेमोहरच वापरला जात असे. आमच्याकडे एक बाई येत असत. त्या कायम, 'आमच्याकडे बासमतीशिवाय इतर कोणत्या तांदळाचा भात खाल्लाच जात नाही!' असं सांगत. एकदा आजीसमोर त्या तसं बोलल्या, तेव्हा आजी पटकन त्यांना म्हणाली, ''रोज बासुंदी-पुरीचं जेवलात, तर दसरा-दिवाळीला वेगळं काहीतरी जेवल्याचं समाधान कसं मिळेल?''

रोजच्या जेवणासाठी स्थानिक प्रांतात पिकणारा तांदूळच चांगला. पुलाव किंवा मसालेभात वगैरे करायचा असेल, तर त्यासाठी बासमती वापरावा. आई जेव्हा बासमती तांदळाचा साधा पांढरा भात करत असे, तेव्हा भात शिजवताना त्यात थोडासा लिंबाचा रस आणि मीठ घालत असे. लिंबाचा रस आणि मीठ यामुळे भाताला छान चमक येते आणि दिसतोही छान पांढराशुभ्र. एरवीदेखील भाताची मूद वाढायची असेल, तर भात शिजवताना त्यात थोडा लिंबाचा रस आणि मीठ घालावं. भाताची चव आणि रंग दोन्ही खुलतं. इतकंच नाही, तर भात कोणत्या भांड्यात शिजवतो, त्यावरही त्याची चव आणि

पौष्टिक मूल्यं ठरतात. तांब्याच्या भांड्यात शिजवलेला भात वातनाशक असतो, तर काशाच्या भांड्यात शिजवलेला भात त्रिदोषनाशक असतो.

आजारपणात पचायला हलका म्हणून मऊ भात, आटवल किंवा भाताची पेज दिली जाते. मऊ भातासाठी एक वाटी तांदळाला तीन-साडेतीन वाट्या पाणी घातलं जात असेल, तर पेज करताना अजून जास्त, म्हणजे सहा-साडेसहा वाट्या पाणी घातलं जातं. आटवल करायचं असेल, तर आधी तांदूळ स्वच्छ धुऊन कपड्यावर पसरून सावलीत वाळवून घ्यावे. नंतर मिक्सरवर तांदळाचा जाडसर रवा काढून तो रवा कढईत गुलाबी रंगावर भाजून घ्यावा. यात पाव टीस्पून जिरं आणि दोन-तीन काळी मिरी खरडून घालावी. दुपटीपेक्षा जास्त पाणी घालून आटवल कुकरमध्ये किंवा थेट भांड्यात कढ येऊन मऊ शिजेस्तोवर शिजवून घ्यावं.

आजारपणात तोंडाची चव जाते. पचनही बिघडतं. अशा वेळी आमची आजी तांदूळ चांगले धुऊन, सगळं पाणी जाईपर्यंत निथळून घ्यायची. खरडलेलं जिरं आणि मिरी तुपावर परतून, त्यावर हे तांदूळ मोकळे होईपर्यंत परतून घ्यायची. त्यात दुपटीनं पाणी घालून भात करायची. तुपात तळलेल्या लसणाच्या पाकळ्या घातलेलं, अर्धी मिरची आणि मीठ घातलेलं वरण या भातावर घालत असे! हा वरण-भात फक्त आजारी व्यक्तीपुरताच करण्याची चूक तर ती कधीच करत नसे! तोच तो नेहमीचा वरण-भात खायचा कंटाळा आलेल्यांनाही हा जिरं-मिरं घातलेल्या, वेगळ्या चवीच्या वरणभाताचा हा बेत आवडतो. भाताचा काही वेगळा प्रकार खावासा वाटला, तर माझ्या आईचा आवडता प्रकार म्हणजे जिरा राईस! तांदूळ स्वच्छ धुऊन निथळून घ्यावे. तुपावर लवंग, मिरी, वेलदोडे, तमालपत्र, दालचिनी घालून थोडंसं परतून झालं, की लगेचच काजूचे तुकडे घालावे. काजूचा रंग जरासा बदलू लागला, की लगेच त्यात एरवी फोडणीला घालतो त्यापेक्षा जास्त जिरं घालून ते परतावं. त्यात निथळलेले तांदूळ घालून मोकळे होईपर्यंत परतावे. परतलेल्या तांदळात आधणाचं पाणी घालावं. पाणी आटत आलं, की ते भांडं कुकरमध्ये ठेवून भात शिजवून घ्यावा. कोणत्याही प्रकारच्या व्हेज-नॉनव्हेज रश्शाबरोबर हा भात छान लागतो. जिरा राईस हा प्रकार असा आहे, की भारतातल्या कोणत्याही प्रदेशातल्या कोणत्याही रेस्टॉरंटमध्ये मिळतोच.

प्रत्येक प्रांतात भाताची वैशिष्ट्यपूर्ण चव चाखता येते. दक्षिणेकडच्या बहुतेक राज्यांत लेमन राईस मिळतो. मात्र हैद्राबादमधल्या 'टिफिन' नावाच्या छोट्या फूड

जॉईंट्सपैकी एका ठिकाणी खाल्लेला लेमन राईस किंवा लिंबू भात वेगळ्याच चवीचा होता. त्यासाठी पांढरा भात आधी तयार करून घ्यावा. थोड्या तुपावर काजूचे तुकडे परतून घ्यावे. काजू बाजूला काढून त्याच तुपात जिरं, हिंग, हळद, हिरव्या मिरच्यांचे तुकडे घालून परतावे. शिजलेला भात परातीत मोकळा करून, थोडासा थंड होऊ द्यावा. दोन वाट्या शिजलेल्या भाताला दीड मोठा चमचा लिंबाचा रस, एक मोठा चमचा आल्याचा कीस, तळलेले काजूचे तुकडे, बारीक चिरलेली कोथिंबीर, ओलं खोबरं घालून वरून फोडणी घालून भात हलक्या हाताने सारखा कालवावा. हा भात खाताना चित्रान्नाची आठवण झाल्याशिवाय राहत नाही! चित्रान्न करण्याच्या वेगळाल्या पद्धती आहेत. भात मोकळा शिजवून घेऊन तो परातीत पसरून घ्यावा. त्यात आवडीप्रमाणे कैरीचा कीस, भाजलेले शेंगदाणे, ओलं खोबरं, कोथिंबीर, वाटलेली हिरवी मिरची, किंचित साखर आणि मीठ घालून हलक्या हातानं भात सारखा करून घ्यावा. हिंग, हळद, मोहरी आणि चार-पाच लाल मिरच्यांचे तुकडे घालून केलेली फोडणी वरून घालावी. कैरीच्या किसाऐवजी चित्रान्नात चिंचेचा कोळही घातला जातो.

दक्षिण भारतात जसं चित्रान्ना प्रसिद्ध आहे, तशीच कोकणात बिरड्यांची खिचडी प्रसिद्ध आहे. या खिचडीला बासमती तांदूळ वापरला जातो. तांदूळ आणि सोललेल्या बिरड्या वेगळ्या धुऊन निथळून ठेवावे. जिरं, सुकं खोबरं, लसूण, मिरची एकत्र वाटावी. हिंग, हळद, मोहरी, कढीपत्त्याची फोडणी करून त्यावर आधी बिरड्या परतून घ्याव्या. त्यात खोबऱ्याचं वाटण व गोडा मसाला घालून परतावा. त्यात तांदूळ घालून परतून आधणाचं पाणी घालावं. पाणी जरा कमीच असावं, कारण त्यात नारळाचं दूधही घातलं जातं. पाणी आटत आलं, की त्यात नारळाचं दूध, मीठ, साखर घालावी आणि झाकण ठेवून एक वाफ काढून घ्यावी. खिचडी पटकन शिजवायची असेल, तर कुकरला लावावी. मंद आंचेवर गॅसवर शिजवली, तरी चालते. ही खिचडी वाढताना वरून ओलं खोबरं, कोथिंबीर पेरून बरोबर लिंबाची फोड द्यावी.

भाताचे वर सांगितलेले हे दोन प्रकार जितके लोकप्रिय आहेत, तितकाच नागपुरी वडाभातही प्रसिद्ध आहे. तो करण्यासाठी दोन वाट्या तांदळाचा मोकळा फडफडीत भात शिजवून घ्यावा. वड्यांसाठी एक वाटी चणाडाळ, अर्धी वाटी तूरडाळ, मूग, उडीद, मटकीची डाळ किंवा कडधान्य प्रत्येकी पाव वाटी हे सगळं स्वच्छ धुऊन

पाच ते सात तास भिजत घालावं. पाण्यातून उपसून घ्यावं आणि पाणी न घालता धणे, जिरं, मिरच्या आणि लसूण घालून रवाळ वाटावं. याचे वडे थापून ते वाफवून घ्यावे आणि थोड्या तेलावर परतून घ्यावे. काही लोक वडे थापून घेतात, पण वाफवून न घेता थेट तळतात. मोकळ्या भातावर हे वडे कुस्करून वरून मोहरी-हिंग-हळदीची फोडणी घालावी. नागपुरी पाहुणचारात वडाभात आणि चिंचेचं सार हा बेत अपरिहार्य आहे !

रोज वेगळ्या पद्धतीचा भात करायचा ठरवला, तरी करता येईल इतके भाताचे प्रकार आहेत आपल्याकडे! हे झाले ताज्या भाताचे प्रकार! शिळ्या भाताचेही नाना प्रकार केले जातात. शिळ्या भाताचा लाल तिखट, मीठ आणि फोडणी घातलेला फोडणीचा भात न होणारं किंवा न आवडणारं मराठी घर विरळाच असेल. माझ्या मैत्रिणीची आई फोडणीचा भात करताना त्यात चिमूटभर काळा मसाला घालत असे. त्याला अजून नटवायचं असेल, तर फोडणीवर कांदा-बटाटा परतून त्यावर भात घालून परतायचा. म्हणजे ताज्या चवीचा भात तयार! किंवा मग शिळ्या भाताचा हातफोडणीचा भातही छान लागतो. शिळा भात हलक्या हातानं मोकळा करून घ्यायचा. थोड्या तेलात लसूण तळून घेऊन त्यात मोहरी, हिंग, हळद, हिरव्या मिरच्या, कढीपत्ता घालून ही फोडणी मोकळ्या केलेल्या भातावर घालायची. वरून चिमूटभर साखर, चवीनुसार मीठ घालायचं आणि लिंबू पिळून हलक्या हातानं भात कालवायचा. वरून कोथिंबीर घालायची.

आमच्या ओळखीच्या एक काकू साध्या फोडणीच्या भाताऐवजी शिळ्या भाताचा 'सोडे भात' करत. २ वाट्या भात उरला असेल, तर त्यासाठी अर्धी वाटी सोडे घ्यावे. ते स्वच्छ करून, बारीक चिरून, तळून त्याला हळद, तिखट, मीठ, आलं-लसूण पेस्ट आणि चिंचेचा कोळ लावून अर्धा तास मॅरिनेट करून ठेवावे. कढईत चमचाभर तेल घालून त्यात ५-६ ठेचलेल्या लसणीच्या पाकळ्या आणि बारीक चिरलेल्या २-३ हिरव्या मिरच्या घालून परतून घ्याव्या. त्यात सोडे घालून,

परतून, त्यावर झाकण ठेवून एक वाफ काढून घ्यावी. दुसऱ्या एका पॅनमध्ये तेल घालून त्यात लसणीच्या चार पाकळ्या ठेचून घालाव्या. दोन हिरव्या मिरच्या बारीक चिरून घालाव्या. त्यात हळद, चवीनुसार मीठ घालून मोकळा करून घेतलेला भात घालावा. त्यात तळून ठेवलेले सोडे घालून, चांगले हलवून एक वाफ काढावी. वरून कोथिंबीर घालून गरमगरम भात खायला द्यावा.

इटालियन रिझ्झोटोप्रमाणे शिळ्या भाताचा रिझ्झोटोही छान लागतो. त्यासाठी फ्लॉवर, फरसबी, गाजर, मटार, सिमला मिरची, मऊ शिजवलेले स्वीट कॉर्न (रंगीत सिमला मिरच्या, झुकीनी, ब्रोकोली यांसारख्या भाज्याही वापरता येतील) यांपैकी आपल्याला आवडतील त्या भाज्या अर्ध्याकच्च्या शिजवून घ्याव्या. जाड बुडाच्या पातेल्यात बटर घेऊन त्यावर या भाज्या परतून घ्याव्या. त्यावर दुधात भिजवलेला भात घालून परतावा. त्यात चिली फ्लेक्स आणि मीठ घालावे. मंद आंचेवर तवा ठेवून त्यावर भाताचं भांडं ठेवावं. झाकण ठेवून एक वाफ काढून घ्यावी. त्यानंतर भात ढवळून घेऊन त्यावर आवडीनुसार चीझ किसून घालावं. पातेलं गॅसवरून उतरवून थोडा वेळ झाकून तसंच ठेवून द्यावं, म्हणजे घातलेलं चीझ त्यात छान मुरेल.

शिळ्या भाताचा वेगळा काही पदार्थ करायचा असेल, तर भात तासभर दह्यात भिजवून ठेवून त्यात डाळीचं पीठ, लाल तिखट, मीठ, किंचित साखर घालून केलेली त्याची भजीदेखील छान लागतात. शिळ्या भाताचे ठेपले करायचे असतील, तर उरलेल्या भातावर रात्री ताक घालून ठेवावं. सकाळी भांडं तिरपं करून जास्ती असलेलं ताक वेगळं काढावं. ताकातला भात जरासा पिळून घ्यावा. त्या भातात मावेल इतकी कणीक आणि डाळीचं पीठ घालावं. आलं-मिरची-मीठ वाटून घालावं. धणे-जिरेपूड, तिखट, मोहन म्हणून थोडं तेल आणि कोथिंबीर घालून पीठ भिजवावं. पंधरा-वीस मिनिटं पीठ झाकून ठेवावं आणि नंतर ठेपले लाटावे.

अशाच पद्धतीनं शिळ्या भाताचे वडेही करता येतात. भातात बारीक चिरलेला कांदा, डाळीचं पीठ, कणीक, मीठ, तिखट, मिरपूड, जिरेपूड, आलं-लसूण पेस्ट, अर्धी वाटी दही आणि कोथिंबीर मिसळून घ्यावी. लागेल तितकं पाणी घालून थालीपिठाच्या पिठासारखं मळून घ्यावं. तव्यार तेल घालून या पिठाचे चपटे वडे त्यावर शॅलो फ्राय करावे.

खिचडी

भारतातल्या जवळपास सगळ्या राज्यांमध्ये केला जाणारा आणि लोकप्रिय असलेला पारंपरिक पदार्थ म्हणजे खिचडी! स्वस्त आणि मस्त असं हे पूर्णान्न आहे. सर्वसामान्यांबरोबरच लहान-थोर, आजारी, अशक्त अशा कोणालाही खाण्यायोग्य, शक्तिवर्धक असा हा पदार्थ आहे. कदाचित म्हणूनच भारत सरकारनं २०१७मध्ये 'ग्लोबल फूड एक्स्पो' या कार्यक्रमात खिचडीला 'सुपर फूड' म्हणून राष्ट्रीय खाद्यान्नाचा दर्जा दिला.

खिचडीचा इतिहास पाहायला गेलं, तर तो खूप प्राचीन काळापर्यंत पोहोचतो. विविध प्रकारच्या डाळींचा शोध लागला, त्यादरम्यानच कधीतरी डाळ आणि तांदळाची खिचडी किंवा खिचडीसदृश पदार्थ तयार झाला असावा. महानुभाव पंथाच्या 'लीळाचरित्र' या ग्रंथात एके ठिकाणी खिचडीचा उल्लेख केलेला आहे. याशिवाय हजारो वर्षांपासूनच्या उपलब्ध संतसाहित्यातही खिचडीचा उल्लेख आढळतो. यावरूनच खिचडीचं भारतातलं प्राचीन अस्तित्व अधोरेखित होतं.

खिचडीला भारतात वेगवेगळ्या भागांत वेगवेगळ्या नावानं संबोधतात. खिचडी, खिचरी, खिचूरी, किशरी, खिमट किंवा खिमटी ही त्यांपैकी काही नावं. दक्षिण भारतात 'पोंगल' नावाचा जो पदार्थ आहे, तो खिचडीचाच एक प्रकार आहे. महाराष्ट्रात मकर संक्रांतीला किंवा धुंधुरमासात तुरीच्या हिरव्या दाण्यांपासून केलेल्या खिचडीला विशेष महत्त्व आहे. यातलं मुख्य साहित्य म्हणजे एक भाग तांदळाबरोबर एक भाग मूगडाळ हे आहेत. हे एकत्र करून स्वच्छ धुऊन घ्यावे. नंतर त्यात हळद व हिंग घालून पाण्याबरोबर पातळसर शिजवावे. अशी केलेली खिचडी दही, ताक, कढी, साजूक तूप, पापड, लोणचं इत्यादींबरोबर आपापल्या आवडीनुसार, चवीनुसार खातात. खान्देशात बऱ्याच घरांमध्ये संध्याकाळचं अन्न म्हणजे खिचडी आणि कढी हेच असतं. गुजराती आदिवासींमध्ये खिचडीला 'कोदरी' असं म्हणतात.

मुस्लीम लोकांत 'खिचडा' हा प्रकार बनवतात. मुख्यत: हा प्रकार मुहर्रमच्या दिवशी केला जातो. यात तांदळाचा वापर करत नाहीत. त्याऐवजी डाळ आणि दलिया वापरतात. यामध्ये डाळ आणि दलिया मऊसर शिजवून घेतले जाते. याचा एक मांसाहारी प्रकारसुद्धा ते बनवतात, ज्याला 'मटण खिचडा' असं म्हणतात.

सीकेपी लोकांकडेही खिचडीचा एक वेगळा मांसाहारी प्रकार पाहायला मिळतो. यासाठी ते खिचडीत सोड्याचा (प्रॉन्सचा एक प्रकार) वापर करतात. शाकाहारी लोक यात डाळीऐवजी कधी डाळिंब्या, तर कधी मोड आलेले मसूर वापरतात.

खिचडी या शब्दाचं मूळ 'खिच्चा' या संस्कृत शब्दात आहे. सेलुलस या ग्रीक राज्याच्या राजदूतानं भारतीय पदार्थांबद्दल जे लिखाण केलं, त्यातही खिचडीचा उल्लेख आढळतो. त्याचप्रमाणे मोरक्कन प्रवासी इब्न बतूता यानंही आपल्या लेखनात 'किशरी'बद्दल म्हणजेच खिचडीबद्दल लिहिलं आहे. भारतीय लोकांसाठी किशरी किती महत्त्वाची आहे, याचं वर्णन त्यानं केलं आहे. 'ऐन-ए-अकबरी' ग्रंथातही खिचडीचा उल्लेख आला आहे. असं म्हणतात की, राजा रतनसिंहासाठी राणी पद्मावती विशेष पदार्थ वापरून खास खिचडी तयार करत असे. पंधराव्या शतकात भारतात आलेल्या काही रशियन प्रवाशांनीही खिचडीचा आस्वाद घेतल्याचं नमूद केलं आहे.

खिचडीचा मूळ ढाचा हा डाळ-तांदूळ जरी असला, तरी काळानुसार त्यात अनेक बदल झाले. खिचडीमध्ये वेगवेगळ्या डाळींचे प्रयोग झाले आणि त्यातले बरेच लोकांना आवडलेही.

काही लोक खिचडीला पौष्टिक आणि 'वन डिश मील' करण्यासाठी त्यामध्ये निरनिराळ्या भाज्या घालतात. काही जण त्यात वैविध्यपूर्ण मसाले घालतात. विदर्भात आदल्या दिवशीच्या उरलेल्या खिचडीला दुसऱ्या दिवशी कांद्याची फोडणी देऊन फोडणीची खिचडी करण्याची पद्धत आहे. पूर्वीच्या काळीही वेगवेगळ्या राज्यांच्या मुदपाकखान्यात केशर, सुकामेवा, सुगंधी मसाले वापरून खिचडीवर श्रीमंती साज चढवले गेले. मात्र खिचडीनं कधी भेदभाव केला नाही. खिचडी खाण्याचे जे फायदे, जे सुख एखाद्या सम्राटाला मिळालं, तसेच फायदे, तेच सुख एखाद्या गरिबालाही त्याच्या झोपडीमध्ये तयार झालेल्या खिचडीतून मिळालं.

अकबर-बिरबल यांच्या प्रसिद्ध गोष्टीमधली बिरबलाची खिचडी तर सर्वश्रुतच

आहे. याशिवाय, 'क्या खिचडी पक रही है', 'इथे सगळी खिचडी झाली आहे', 'ऊनऊन खिचडी, साजूक तूप, वेगळं राहायचं भारीच सुख' अशा कविता, वाक्प्रचार, गोष्टी यांतून आपल्या संस्कृतीत खिचडी किती एकरूप झाली आहे, हेच सिद्ध होतं.

खिचडी आपल्याला लहानपणापासून म्हातारपणापर्यंत निष्ठेनं साथ देते. बाळाचं पहिलं अन्न हे खिचडीच असतं आणि म्हातारपणी पचायला सोपं अन्न हेही खिचडीच असतं! भारताशिवाय बांग्लादेश, नेपाळ, भूतान, पाकिस्तान, फिजी, म्यानमार या देशांतही खिचडी आवडीनं खाल्ली जाते. आता तर खिचडी अभारतीय स्वादांतही उपलब्ध आहे. मेयॉनीज आणि शेजवानचा सॉसचा वापर करून अशी खिचडी करतात. इटलीमध्ये तांदळाबरोबर मक्याचे दाणे आणि चीज वापरून एक भन्नाट खिचडीचा प्रकार मिळतो. ढाब्यावर आजकाल दाल-खिचडी तयार करून देतात. ही दाल-खिचडी नेहमीच्या पद्धतीनं शिजवत नाहीत, तर तुम्ही मागणी केल्यावर मग तुरीच्या डाळीचं वरणं आणि भात याला एकत्र करून फोडणी देऊन फ्रायपॅनवर ही खिचडी तयार करतात. तिचा स्वाद अतिशय वेगळा लागतो.

खिचडीच्या इतक्या वर्षांच्या इतिहासात खिचडीमध्ये किती बदल झाले, किती प्रयोग झाले; पण खिचडीमधल्या डाळ-तांदळानं हे सगळं आपलंसं केलं आहे. बदल सामावून घेतले आहेत. म्हणूनच इतक्या हजारो वर्षांनंतरही खिचडी आपल्या रोजच्या जगण्यातही आपलं अस्तित्व आणि महत्त्व टिकवून आहे.

बिर्याणी/ पुलाव

इराक, इराण, इजिप्त, येमेन, सौदी अरेबिया, टर्की या देशांत बिर्याणी हा पदार्थ पूर्वापार बनवला जातो. आपल्याकडे हा पदार्थ मोगल काळापासून माहीत आहे. प्रत्येक देशात वा समाजातल्या घटकांत ती करण्याची पद्धत वेगळी असते. पण प्रत्येक बिर्याणी ही अतिशय चविष्ट आणि आपल्या परीनं वैशिष्ट्यपूर्ण अशी असते. प्रत्येक ठिकाणच्या बिर्याणीची एक खासियत असते, म्हणूनच ती वेगवेगळ्या नावांनी ओळखली जाते.

'बिर्याणी' हा शब्दप्रयोग 'बिरियन' या फारसी शब्दावरून आला आहे. त्याचा अर्थ शिजवण्याआधी परतलेला पदार्थ असा आहे. पर्शियामध्ये पूर्वीपासून भात करण्याची एक विशिष्ट पद्धत अवलंबली जाई. मिठाच्या पाण्यात तांदूळ भिजवून मग विस्तवावर ठेवले जात. पाण्याला उकळी आली, की ते पाणी काढून टाकून तो तांदूळ वाफेवर शिजवला जाई. यामुळे भात चिकट न होता, मऊ व मोकळा होत असे. काही पर्शियन गावांमध्ये बनवली जाणारी बिरियन 'दम पुख्त' म्हणून ओळखली जात असे. दम पुख्तचा शब्दशः अर्थ 'वाफेवर शिजवलेला' असा होतो. नावाचा अर्थ आणि पदार्थ बनवण्याची पद्धत यावरून बिर्याणीचा उगम पर्शियामधला म्हणजेच इराणमधला असेल, असं मानलं जातं. पर्शियन बिर्याणी तयार करताना मसाल्यांत मुरवून शिजवलेलं मटण आणि भात यांचे एकावर एक थर लावले जातात. सर्वांत खालचा आणि सर्वांत वरचा थर भाताचा असतो. ते भांडं घट्ट झाकण लावून, विस्तवावर ठेवून मंद आचेवर चांगली वाफ काढली जाते. पर्शियन बिर्याणीत चिकन किंवा मटणाचा लेग पीस वापरला जातो. पूर्वी दही, पुदिना, आलं, लसूण अशा ताज्या मसाल्यांत आणि किसलेल्या कच्च्या पपईत हे चिकन किंवा मटणाचे तुकडे मुरवून ठेवत असत. तयार बिर्याणीवर दुधात मिसळलेले केशर घालण्याची पद्धतही पर्शियामधलीच. इराणी व्यापाऱ्यांनी आणि पर्यटकांनी या पदार्थाची ओळख इतर देशांतील लोकांना करून दिली.

आज बिर्याणी म्हणजे सर्वच देशांतील एक लोकप्रिय आणि आवडता पदार्थ झाला आहे. नावामध्ये आणि करण्याच्या पद्धतीत थोडाफार फरक होत गेला, तरी भात शिजवायची पद्धत आणि त्यात वापरले जाणारे पदार्थ मात्र सगळीकडे तेच आहेत. बिर्याणीसाठी शक्यतो सुवासिक आणि लांबट तांदूळ वापरला जातो. तयार भातावर वरून तूप आणि दुधात भिजवलेले केशर घालतात. केशराच्या सुगंधामुळे बिर्याणीची लज्जत नक्कीच वाढते. बहुतेक वेळा बिर्याणी करण्यासाठी निमुळत्या तोंडाचं भांडं म्हणजेच 'डेगची' वापरतात. काही ठिकाणी बिर्याणी मातीच्या भांड्यात करतात, तर काही देशांत ती परातीसारख्या पसरट भांड्यातही बनवतात.

पर्शियन बिर्याणी मसालेदार असते, पण इराकी बिर्याणी त्या मानानं कमी मसाले वापरून करतात. त्यात भाताबरोबर शेवया घालतात आणि वरून सुकामेवा तळून घातला जातो. काबुली पिलाफ हा अफगाणिस्तानातला, तर तुर्की पिलाफ हा टर्कीमधला पुलाव!

बिर्याणी आणि पुलाव हे दोन्ही भाताचेच पदार्थ असले, तरी यामध्ये खूपच फरक आहे. पुलावामध्ये सगळे पदार्थ एकत्र करून शिजवले जातात, पण बिर्याणीमध्ये मात्र भाताबरोबर मटणाचे किंवा भाज्यांचे वेगवेगळे थर असतात. येमेनमध्ये केल्या जाणाऱ्या बिर्याणीला 'मंदी' म्हणतात. हा त्यांचा राष्ट्रीय पदार्थ आहे. यामध्ये चिकन तंदूर करून घेतात. मंदीच्या मसाल्यातला वेगळेपणा म्हणजे त्यात वापरली जाणारी ओली हळद आणि मीठ लावून वाळवलेली लिंबं. मंदीचा भात किसलेलं गाजर, मसाले आणि लिंबाचे तुकडे घालून करतात. त्या भाताला पिवळा रंग येतो, तो मसाल्यातल्या ओल्या हळदीमुळे. मंदी सर्व्ह करताना एका वाटीत ऑलिव्हचे तेल घालून त्यात पेटलेला कोळसा ठेवतात. जाळीचं झाकण लावून ती वाटी मोठ्या बशीत ठेवली जाते. वाटीच्या बाजूनं भात आणि भातावर तंदूर केलेले चिकनचे तुकडे ठेवून त्यावर झाकण ठेवलं जातं. कोळशाच्या धुरामुळे मंदीला एक प्रकारचा वेगळाच स्वाद मिळतो. मंदीबरोबर टोमॅटोची तिखट चटणी, पुदिना आणि मीठ घातलेलं दही आणि कांदा-काकडीचं सॅलड खायची पद्धत आहे.

'कबसा' ही सौदी अरेबियाची बिर्याणी. तिथल्या घराघरांतून ती वेगवेगळ्या प्रकारांनी बनवली जाते. एखाद्या मोठ्या बशीमध्ये किंवा थाळीमध्ये मसाले घालतात. त्यावर शिजवलेल्या भाताचा ढीग लावून त्याच्या मध्यभागी खड्डा करतात. हा भात मोकळा आणि ओलसर असा असतो. त्यात भाजलेले मटण ठेवतात. वरून त्यावर

टोमॅटोची तिखट चटणी आणि भरपूर सुकामेवा घालून कबसा खाल्ला जातो. टोमॅटो, आलं, लसूण आणि लाल मिरच्या असे सगळे पदार्थ ऑलिव्हच्या तेलात शिजवून ही तिखट चटणी तयार करतात. कबसाला खरी चव येते ती या लाल चटणीमुळेच.

अरबी देशांत काही ठिकाणी तंदूर भट्टी म्हणजे मातीचं भांडं वाळवंटातल्या वाळूत पुरलेलं असतं. खालून कोळशाची धग आणि वरून पेटवलेल्या लाकडांचा विस्तव यावर मटण शिजवलं जातं. विस्तव विझल्यावर शिजलेलं मटण बराच वेळ भट्टीत तसंच ठेवून देतात. दुसरी पद्धत म्हणजे लाकडं पेटवून त्यावर फरश्या किंवा चपटे दगड ठेवतात आणि त्यावर मटण भाजतात. या दोन्ही पद्धतींत मटणामधला रस आटून ते कोरडं होतं. हीच त्या पदार्थाची खासियत! मसाले आणि भाज्या घालून ते खातात. त्याच्याबरोबर जिऱ्याची पूड, मीठ घातलेले लबान म्हणजेच ताक आणि सॅलड खाण्याची पद्धत आहे.

बऱ्याच आखाती देशांत मसाल्यात मुरवलेलं मटण जाड बुडाच्या डेगचीत घालतात आणि त्यावर एक उकळी आणलेला तांदूळ पसरला जातो. त्यावर तूप सोडून डेगचीवर झाकण लावून ते भिजवलेल्या कणकेनं घट्ट बंद करतात. आतल्या वाफेवर मटण आणि भात शिजतो. मसाल्याचा स्वाद आतल्या आत राहिल्यानं बिर्याणीला उत्तम चव येते.

कोणत्याही देशातली असो, उत्तम बिर्याणी कशी पाहिजे, याबाबत काही ठोकताळे आहेत. ती उत्कृष्ट चवीची आणि स्वादाची असली पाहिजे. त्यातलं मटण

चांगलं शिजलेलं पाहिजे, पण हाडापासून वेगळं होता कामा नये. बिर्याणीतल्या भाताचं शीत अन् शीत मोकळं राहिलं पाहिजे, पण खाताना तोठरा बसता कामा नये. बिर्याणी ओलसर पाहिजे, पण घास हातात घेतल्यावर भाताचं शीत खाली पडता कामा नये. कोणताही कृत्रिम अर्क न वापरता बिर्याणीला त्यातल्या मसाल्याचा आणि सुवासिक तांदळाचा स्वाद आला पाहिजे. बिर्याणीची चव जिभेवर रेंगाळत राहिली, म्हणजे खरी बिर्याणी जमली!

अशी आहे या बिर्याणीची कहाणी. आपल्याकडे तर प्रांतागणिक बिर्याणीचे वेगवेगळे प्रकार आहेत. अशा या सर्वांच्या आवडत्या पदार्थावर जेवढं लिहावं तेवढं थोडंच आहे.

चटकदार, चविष्ट

लोणचं

'लोणचं' या शब्दाचा इतिहास फार जुना आणि भरपूर मोठा आहे. लोणाच्याचा उल्लेख अगदी महाभारतातसुद्धा आढळतो. महाभारतात पंडुपुत्र भीमाने जेवणासंबंधात याचा उल्लेख केलेला होता, अशी नोंद इतिहासात मिळते.

भारताबाहेर लोणचं या शब्दाचा इतिहास पाहिला, तर याचा उल्लेख इसवी सन १४००मध्ये डच लोकांनी केलेला दिसून येतो. डच भाषेत त्याला 'पिकल' (pickle) असं म्हणतात. पिकल म्हणजे लोणचं. लोणचं बनवणं याला 'ब्राइनिंग' या नावानंसुद्धा ओळखलं जातं. आम्लीय मिश्रणात - सामान्यतः सिरकामध्ये (ॲसिटिक ॲसिड) मिसळून किंवा लवणाचा (मीठ व पाण्याचे मिश्रण) उपयोग करून खाद्यपदार्थ सुरक्षित ठेवण्याची ही प्रक्रिया होय. या प्रक्रियेमुळे खाद्यपदार्थाची चव खारट आणि आंबट अशी होते. यानंतर तयार होणारा पदार्थ म्हणजेच लोणचं!

लोणच्याचा पीएच (pH) ४.६पेक्षा कमी असतो. त्यामुळे आवश्यकतेपेक्षा अधिक प्रमाणात असलेले बॅक्टेरिया मारण्याकरिता त्याचा उपयोग होतो. पूर्वी दूर अंतराच्या यात्रेत बदलणाऱ्या वातावरणात, विशेषतः समुद्रावरच्या प्रवासात खाद्यपदार्थ सुरक्षित ठेवण्याकरिता ते आम्लीय मिश्रणात ठेवत असत. कालांतरानं खाद्यपदार्थांना अधिक काळ टिकवून ठेवण्याकरिता या प्रक्रियेचा उपयोग सुरू झाला. मात्र याच्या वैशिष्ट्यपूर्ण चवीमुळे याची लोकप्रियता वाढली. बॅक्टेरियांमुळे निर्माण होणाऱ्या 'बी' व्हिटॅमिनमुळे लोणचं खाद्यपदार्थातील पोषकता टिकवून ठेवतं.

लोणच्याचा उल्लेख सोळाव्या शतकात म्हणजे शिवाजी महाराजांच्या काळातही आढळून येतो. त्या काळी भाज्या वाळवून वर्षभर साठवून ठेवत असत. कालांतरानं, साठवणीबरोबरच त्याची चव वाढवण्याकरिता त्यात मीठ, लिंबू आणि विविध मसाल्यांचा वापर केला जाऊ लागला आणि लोणचं या प्रकाराचा जन्म झाला. आता लोणचं हा प्रामुख्यानं जेवणाची लज्जत वाढवण्याकरिता उपयोगात आणला जातो. लोणच्यामध्ये वेगवेगळ्या भाज्या, पालेभाज्या, कडधान्यं, खाद्यतेल यांचाही वापर केला जातो.

विविध देशांत विविध प्रकारे लोणची तयार करतात. आपल्या भारतात, अगदी महाराष्ट्रातही अनेक प्रकारे लोणची तयार करतात. पद्धत बदलली की चव बदलते. जसं, कोकणात बिना-तेलाची लोणची करतात, तर विदर्भात वेगवेगळ्या प्रकारचे मसाले वापरून करतात. पूर्वी विदर्भात लोणची करताना जवसाचं तेल वापरत असत, पण त्याचा उग्र वास येत असल्यामुळे कालांतरानं त्याची जागा मोहरीच्या तेलानं घेतली. हल्ली शेंगदाण्याच्या तेलाचाही वापर केला जातो.

चला तर, अशाच काही वेगळ्या लोणच्यांचे प्रकार पाहू या :

आवळ्याचं लोणचं

साहित्य : कच्च्या आवळ्याच्या फोडी २ वाट्या, तिखट २ चमचे, १ लिंबाचा रस, मीठ २ चमचे, मोहरीची डाळ १ चमचा, हळद पाव चमचा, शेंगदाणा तेल पाव वाटी, हिंग पाव चमचा

कृती : कच्च्या आवळ्याच्या फोडी वाफवून घ्याव्या. थंड झाल्यावर त्यात मीठ आणि हळद मिसळून ठेवावी. दुसऱ्या दिवशी उर्वरित मसाले घालून तेल गरम करावं. थंड झाल्यावर फोडींच्या मिश्रणावर ओतावं. सतत ३-४ दिवस लोणचं हलवत राहावं.

भोकराचं लोणचं

साहित्य : भोकरं १ किलो, कैरी १ किलो, मीठ २०० ग्रॅम, तिखट २५० ग्रॅम, मोहरी पूड २५० ग्रॅम, मोहरी तेल २५० ग्रॅम, हळद २ चमचे, मेथीपूड २ चमचे, हिंग पाव चमचा, मोहरी १ चमचा, बडीशेप १ चमचा, कलौंजी १ चमचा

कृती : ताजी भोकरं आणून देठासहित उकडून घ्यावी. थोडी सुकवून देठं काढून उभी चीर द्यावी आणि आतल्या बिया काढून टाकाव्या. कैऱ्या धुवून, पुसून सालासहित किसाव्या. त्यात मीठ, तिखट, मोहरीपूड, २ चमचे मोहरीचं तेल, हळद तेलात परतून घ्यावी. मेथीची पूड करून त्यात घालावी. सर्व एकत्र करून भोकरात भरावं. वरून उरलेलं मोहरीचं तेल गरम करून त्यात हिंग, मोहरी, थोडी बडीशेप आणि कलौंजी घालावी. गार झाल्यावर लोणच्यात घालावं.

फ्लॉवर-मटार-गाजर लोणचं

साहित्य : फ्लॉवरचे तुरे अर्धी वाटी, बारीक चिरलेलं गाजर अर्धी वाटी, हिरवे मटार अर्धी वाटी, १ लिंबाचा रस, कैरी लोणचं मसाला २ चमचे, तिखट, मीठ, फोडणीकरिता मोहरी १ चमचा, हिंग पाव चमचा, हळद पाव चमचा.

कृती : सर्व भाज्या स्वच्छ धुऊन तासभर पंख्याखाली वाळवून घ्याव्या. एका कढईत तेल चांगले गरम करून मोहरी, हिंग आणि थोडी हळद घालून फोडणी करावी. आवडीप्रमाणे तिखट, मीठ आणि लोणच्याचा मसाला घालून ही फोडणी भाज्यांवर घालावी. त्यात लिंबाचा रस घालून कोरड्या चमच्यानं हलवून घ्यावं.

टोमॅटोचं लोणचं

साहित्य : ताजे आणि थोडे कडक टोमॅटो १ किलो, मीठ २ ते ३ चमचे, गूळ १ वाटी, हळद व तिखट चवीनुसार, भरडलेले धणे ३ चमचे, बडीशेप २ चमचे, हिंग अर्धा चमचा, तेल १ वाटी, जिरेपूड १ चमचा, लाल मिरच्या ४ ते ५ नग

कृती : टोमॅटोच्या मोठ्या फोडी चिरून त्यांना मीठ, हळद चोळून ठेवावी. त्याला सुटलेले पाणी काढून टोमॅटो १ दिवस सुकू द्यावे. तेल गरम करून थंड करावं. टोमॅटोच्या फोडींमध्ये उरलेला मसाला, गूळ घालून चांगलं मिसळावं. तेल टाकून बरणीत भरावं.

फेसलेल्या आंब्याचं लोणचं

साहित्य : कैरीच्या बारीक चिरलेल्या फोडी २ वाट्या, २ लिंबांचा रस, मोहरीची डाळ पाव वाटी, हळद छोटा अर्धा चमचा, मीठ २ चमचा, हिंग पाव चमचा, साखर अर्धा चमचा, भरडलेली काळी मिरी पूड अर्धा चमचा

कृती : कैरीच्या फोडींमध्ये मीठ व लिंबाचा रस मिसळून फोडी एक-दीड तास झाकून ठेवाव्या. मोहरीची डाळ भिजत घालावी. एक-दीड तास भिजल्यावर ती बारीक वाटावी. ही वाटलेली डाळ एका मोठ्या ताटात किंवा परातीत घालून तिला हातानं फेसावं. हलकं होऊन हे मिश्रण फुगतं. नंतर यात साखर, काळी मिरी पूड व आंब्याच्या फोडी घालून वरून हिंग, हळद व तेलाची थंड केलेली फोडणी घालावी. अतिशय चविष्ट व वेगळ्या पद्धतीचं हे लोणचं आहे.

कारल्याचं लोणचं

साहित्य : कारल्याच्या फोडी २ वाट्या, लिंबाचा रस अर्धी वाटी, हिरव्या मिरच्यांचे वाटण २ चमचे, साखर अर्धा चमचा, मीठ ४ चमचे, हिंग पाव चमचा, हळद पाव चमचा, शेंगदाणा तेल पाव वाटी

कृती : कारल्याच्या चकत्या कापून त्यांना मीठ, हळद चोळून ठेवावी. एक दिवसानंतर यात लिंबाचा रस, हिरव्या मिरच्यांचे वाटण, साखर घालावी. दोन दिवस या फोडी मुरत ठेवाव्या. नंतर तेल गरम करून त्यात हिंग, हळद घालून तेल थंड करावं आणि लोणच्यात घालावं.

छोल्यांचं लोणचं

साहित्य : काबुली चणे (छोले) २ वाट्या, लिंबाचा रस अर्धी वाटी, तिखट २ चमचे, व्हिनेगार अर्धी वाटी, मीठ ४ चमचे, हिंग पाव चमचा, हळद पाव चमचा, मोहरीची डाळ ३ चमचे, शेंगदाणा तेल पाव वाटी, बडीशेप १ चमचा, साखर अर्धा चमचा, भाजलेल्या मेथीची पूड (मेथीदाणे तेलावर परतून) अर्धा चमचा

कृती : छोले पाण्यात स्वच्छ धुऊन आणि पुसून घ्यावे. व्हिनेगारमध्ये मीठ घालून थोडं पाणी घालावं. त्यामध्ये हे छोले भिजत ठेवावे. एक दिवस छोले भिजल्यानंतर यात मोहरीची डाळ, हळद, बडीशेप, तिखट, मीठ, साखर, भाजलेल्या मेथीची पूड घालून हे मिश्रण दोन दिवस ठेवून द्यावे. त्यानंतर तेल गरम करून त्यात हिंग घालावे. हे तेल थंड करून छोल्यांवर घालावं.

मसाले आणि चटण्या

मसाले वापरण्याची पद्धत भारतात खूप पूर्वीपासून आहे. फक्त प्रांतवार त्यांची चव बदलत गेली आहे. महाराष्ट्राचं उदाहरण घ्यायचं, तर पश्चिम महाराष्ट्रातले मसाले थोडे सौम्य असतात, जसा गोडा मसाला; तर मराठवाडा, विदर्भ या भागांत काळा मसाला, कांदा मसाला, लसूण मसाला असे थोडे जहाल मसाले असतात. कोल्हापूरकडे तिखटाला चटणी म्हणतात. कारण तिकडे लाल मिरचीचं तिखट करताना काही मसालेही त्यात घालतात. काळाच्या ओघात मसाल्यांमध्येही अनेक बदल होत गेले. जे बदल लोकांना आवडले तेच टिकले आणि तेच पारंपरिक म्हणून ओळखले जाऊ लागले. आजच्या काळातही जर काही वेगळे मसाले तयार झाले आणि लोकांना आवडले, तर हेच मसाले उद्याची परंपरा ठरू शकतील.

मसाल्यातले महत्त्वाचे घटक पदार्थ : हळकुंड, जिरे, हिंग, मोहरी, मेथी, ओवा, लवंग, दालचिनी, मोठी वेलची, छोटी वेलची, काळी मिरी, दगडफूल, बादलफूल (बादयान), तमालपत्र, जायपत्री, जायफळ, कलमी, सुंठ, बडीशेप

मसाल्याचे हे घटक पदार्थ सगळीकडे साधारण एकच असतात, पण मसाले तयार करण्यासाठी वापरलेलं त्याचं प्रमाण आणि पद्धत वेगळी असते. हाच फरक मसाल्याला वेगळी चव देतो. यातही प्रांतवार, भौगोलिक परिस्थिती बदलल्यामुळे खाण्यापिण्याच्या सवयी, पद्धती बदलतात. त्याचा परिणाम तिथल्या मसाल्यांवर होतो. महाराष्ट्रात कोकण, खान्देश, विदर्भ, मराठवाडा, पश्चिम महाराष्ट्र असे वेगवेगळे भाग आहेत आणि तिथले मसाल्याचे प्रकारसुद्धा वेगळे आहेत.

तिखट

तिखट तयार करण्यासाठी बाजारात वेगवेगळ्या प्रकारच्या मिरच्या उपलब्ध असतात. लवंगी, भिवापुरी, नंदूरबार मिरची, ब्याडगी, काश्मिरी, गुंटूर, कोल्हापुरी इत्यादी. यांतील काही मिरच्या चवीला तिखट, तर काही रंगासाठी प्रसिद्ध आहेत. काही मिरच्या केवळ फोडणीसाठी वापरतात. उदाहरणार्थ, बोरी मिरची. ही बोरासारखी गोल असते आणि तिखट नसते. तिखटपणा हवा असेल त्या प्रमाणात मिरच्या एकत्र करून दळून आणाव्या. तिखट दळण्यापूर्वी मिरच्या उन्हात वाळवून घ्याव्या. काही लोक तिखट दळण्यापूर्वी मिरच्यांची देठं काढून त्या थोड्या तेलावर परतून घेतात. यामुळे तिखटाला एक खमंगपणा येतो. काही लोक तिखट दळताना त्यात थोडं खडे मीठ घालतात. यामुळे तिखट जास्त काळ टिकतं. कीड लागत नाही.

हळद पावडर

हळद दळण्याआधी हळकुंडांवर तिखटाप्रमाणे काही विशेष प्रक्रिया करावी लागत नाही. हळकुंड परस्पर दळून आणता येतात. हळकुंडाचेसुद्धा वेगवेगळे प्रकार आपल्याला पाहायला मिळतात. उदा. राजापुरी, वायगाव सांगली, तेलम गट्टू इत्यादी. राजापुरी आणि वायगाव हळद उत्तम प्रतीची मानली जाते.

धणे-जिरे पूड

धणे-जिरे पूड शक्यतो ताजी असावी. हे जिन्नस साठवून, हवी तेव्हा पूड करून घ्यावी. त्यामध्येसुद्धा धणे आणि जिरं थोडंसं भाजून घेतलं, तर त्याची चव वाढते.

मिरपूड

गरजेप्रमाणे कळी मिरी मिक्सरला लावून शक्यतो ताजी मिरपूड करून वापरावी. आजकाल बाजारात ताबडतोब मिरपूड करणारं यंत्र मिळतं. त्यामध्येही काळी मिरी/पांढरी मिरी भरून ठेवावी आणि वेळेवर बारीक करून घ्यावी.

आमचूर पूड

आंब्यांच्या हंगामात मोठ्या प्रमाणात कैरीच्या फोडी उन्हात वाळूवन घेतात. त्याची पूड म्हणजे 'आमचूर पूड'. याला 'आंबोशीची पूड' असंसुद्धा म्हणतात. पूड न करता आंब्याच्या वाळवलेल्या फोडी नुसत्यासुद्धा वापरता येतात. त्याला कोकणात, गोव्यात 'आंब्याची सोलं' तर काही ठिकाणी 'आंब्याच्या खुला' असंही म्हणतात. ही सोलं विशेषतः आमटी, फोडणीचं वरण, वांगं-बटाट्याची भाजी यांमध्ये वापरतात.

वैदर्भीय मसाले

महाराष्ट्रातील उत्तर-पूर्व भाग पूर्वी सेंट्रल प्रॉव्हिन्समध्ये होता. बुलडाणा जिल्ह्यापासून भंडारा जिल्ह्यापर्यंत एकूण आठ जिल्ह्यांचा हा प्रदेश 'वऱ्हाड' किंवा 'विदर्भ' म्हणून ओळखला जातो. चमचमीत आणि तिखट खाण्याकरिता हा भाग प्रसिद्ध आहे. इथल्या भाज्यांमध्ये तिखट जास्त, तसंच तेलाचं प्रमाणही बरंच असतं. तेलातही मुखत्वे जवसाचं किंवा शेंगदाण्याचं तेल वापरण्याची पद्धत आहे. वैदर्भीय लोक जेवण्याच्या बाबतीत अतिशय आग्रही असतात. विदर्भातल्या लोकांचं आदरातिथ्य सर्वश्रुतच आहे. प्रख्यात साहित्यिक पु. ल. देशपांडे यांनीसुद्धा याचं वर्णन केलं आहे. विदर्भातलं जेवण सरसकट जहाल तिखट नसतं, मात्र इथला प्रसिद्ध सावजी प्रकार तिखटच असतो. इथे 'वऱ्हाडी' आणि 'सावजी' असे दोन भाग आढळतात. सावजी म्हणजे जहाल तिखट. वऱ्हाडामध्ये इतर मसाल्यांबरोबरच चिंच-गुळाचाही वापर करतात. त्यामुळे दोन वेगवेगळ्या चवींची मजा आपल्याला विदर्भात मिळते. इथे मुख्यतः तयार होणाऱ्या मसाल्यांच्या प्रकारांमध्ये वैदर्भीय

पद्धतीचा गरम मसाला, कांदा मसाला, कांदा-लसूण मसाला, खडा मसाला, काळा मसाला, गोंड खैरी हिरवा, सावजी मसाला इत्यादी प्रकार आहेत.

इथल्या चटण्या अशा असतात, की दुसरा कुठला मसाला न वापरता या चटण्यांचाच वापर मसाला म्हणून करता येतो आणि वेळ साधता येते. चटण्यांमध्ये जवसाची चटणी, तळलेलं तिखट, भरडा चटणी, सवताळं इत्यादी प्रकार आहेत. त्यांतल्या सवताळं या प्रकारामुळे रस्साभाजीला घट्टपणा येतो, शिवाय एक वेगळी चवसुद्धा येते.

सवताळं

साहित्य : तांदूळ ४ चमचे, ज्वारी २ चमचे, गहू २ चमचे, चणाडाळ २ चमचे, धणे १ चमचा, जिरे अर्धा चमचा, लाल मिरच्या ७-८, लवंग ८-१०, वेलची ८-१०

कृती : सर्व साहित्य मंद आचेवर भाजून याची पूड करून ठेवावी. यापासून आमटीसुद्धा तयार करू शकता. तसंच रश्शाला घट्टपणा आणण्यासाठी ही पूड पाण्यात कालवून ते पाणी भाजीत घालता येते. आमटी तयार करण्यासाठी लसूण, कांदा, हिरवी मिरची फोडणीला टाकून त्यात चवीनुसार हिंग, हळद, तिखट घालावं. २ वाट्या पाण्यात २ चमचे सवताळं एकत्र करून आमटीत घालावं. चवीनुसार मीठ घालून एक उकळी आणावी. गरमगरम पोळी किंवा भाताबरोबर खायला द्यावं.

वाळवणं

वाळवण हा प्रकार जगात अनेक देशांत त्या त्या ठिकाणच्या भौगोलिक परिस्थितीनुसार विकसित झालेला दिसून येतो. आधुनिक काळात 'डिहायड्रेटेड फूड' असं नाव मिळालेल्या प्रकाराचा खरा उगम म्हणजे वाळवण. या प्रकाराची सुरुवात आदिमानवाच्या काळापासून सुरू झाली, असे दाखले आहेत.

पूर्वी बौद्ध काळापासून पापडांचा, वाळवणांचा उल्लेख आढळून येतो. थोड्याफार फरकानं वाळवणाचं वर्णन 'नलपाकशास्त्र' या पुस्तकामध्ये आढळून येतं. चौदाव्या शतकातल्या सम्राटांच्या जेवणावळीमध्ये सांडग्यांसारखा पदार्थ वापरला जात असे. अर्थात तेव्हाची त्याची नावं वेगळी आहेत. उदाहरणार्थ, 'मैथोरी', 'कुम्हारौरी' म्हणजेच पोळ्यांपासून तयार केलेला सांडगासदृश पदार्थ. यामध्ये विशिष्ट झाडाच्या मुळातील स्टार्च (पिष्टमय पदार्थ / खळ) वापरायचे, ज्यामुळे वाळवलेला पदार्थ तळल्यानंतर फुलून यायचा. 'मिरचौनी' या वाळवणाच्या एका प्रकाराचं वर्णन मोहम्मद झायसी यानं एका काव्यात केलं आहे. मिरचौनीचा दुसरा प्रकार 'मेथा-मिरचौनी'. या प्रकारात मेथीचे दाणे भिजवून, वाटून, त्यामध्ये आवश्यक मसाले घालून ते मिरचीत भरतात आणि वाळवून ठेवतात. पुढे एकोणिसाव्या शतकातल्या 'सूपशास्त्रा'तसुद्धा वेगवेगळ्या वाळवणांची कृती दिलेली आहे. त्यामध्ये मीठ आणि मसाल्यांच्या पदार्थांचा जास्त उल्लेख आढळतो.

पूर्वी आदिमानव शिकार करून आणत आणि खाऊन उरलेलं मांस वाळवून ठेवत. कालांतरानं मिठाचा शोध लागल्यानंतर त्याला मिठाच्या पाण्यानं खारवून ठेवत असत. समुद्रकिनारच्या भागांत मासे, खेकडे इत्यादी मासळी अशीच वाळवून, खारवून ठेवण्याची पद्धत आहे. आधुनिक काळात आता विशिष्ट पद्धतीनं पदार्थ सुकवून, मसाल्यात मॅरिनेट करून पाकिटबंद स्वरूपात बाजारात मिळतात. मटणसुद्धा विशिष्ट पद्धतीनं सुकवून त्याची पावडर तयार करून ठेवतात. ती पावडर वेगवेगळ्या पदार्थांमध्ये चव वाढवण्यासाठी किंवा सूप बनवण्यासाठी वापरतात.

ज्याप्रमाणे मांस-मासळी वाळवून ठेवत, त्याचप्रमाणे वेगवेगळ्या भाज्याही वाळवून ठेवत. एखाद्या ऋतूत एखादी भाजी भरपूर प्रमाणात उपलब्ध होते, तेव्हा ती भाजी वाळवून, वर्षभर इतर वेळी वापरण्यासाठी साठवून ठेवत. पुढे याचं रूपांतर वाळवणात झालं आणि पापड-सांडगे उदयाला आले. सांडग्यांमध्ये वेगवेगळ्या भाज्या चिरून किंवा किसून त्यामध्ये चवीनुसार मीठ, मसाले घालतात. मग हलक्या हातानं त्याचे छोटे गोळे करून वाळवून ठेवतात. काही ठिकाणी खिचडीबरोबर, तर काही ठिकाणी वरण-भाताबरोबर सांडगे तळून खाण्याची पद्धत आहे. काही ठिकाणी याची भाजीसुद्धा करतात. एका वेगळ्या पद्धतीच्या सांडग्यांचा उल्लेख इथे करावा लागेल, तो म्हणजे उकडलेल्या बटाट्याच्या सालींपासून तयार केलेला सांडगा. हा प्रकार महाराष्ट्रात काही ठिकाणी आढळतो. बटाटे उकडून सोलतात. उकडलेल्या बटाट्यांपासून पापड, बटाट्याचा कीस, चिप्स इत्यादी प्रकार करतात आणि सालींमध्ये तीळ, मीठ, कुटलेला मसाला घालून त्यांचे सांडगे घालतात.

वाळवणात पापड, सांडग्यांबरोबरच मिरच्या, हिरवा ठेचा, वाळलेला लसूण, कांदा, कुरडया, चिकोड्या, मिरगुंडं, शेवया, मूगवड्या, भातोडे, बिबड्या, परकाशे, अतारावरचे पापड, धापोडे असे अनेक प्रकार करतात. यांतले काही कमी प्रचलित प्रकार असले, तरी अजूनही काही ठिकाणी केले जातात. याशिवाय जवळपास शंभरेक वाळवणाचे प्रकार आहेत.

आता थोडं पापडांकडे वळू. भारतात पापड हा पदार्थ वेगवेगळ्या प्रांतांत वेगवेगळ्या पद्धतींनी खाल्ला आणि वापरला जातो. राजस्थानात पापड जेवणाच्या शेवटी वाढतात, तर

सिंधी समाजामध्ये पापड जेवणाबरोबरच देतात. सिंधी समाजात पूर्वी मुलगी पापड कसा भाजते यावरून तिच्या कौशल्याचं परीक्षण केलं जात असे. आपल्याकडे पापडांचे प्रकारही अनेक आहेत. राजस्थानात डाळींपासून पापड बनवण्याची पद्धत जास्त आहे. त्यात उडीद, मूग, चणा, राजमा इत्यादींचे पापड तयार करतात. दक्षिणेमध्ये वाळवणात साबुदाणा, तांदूळ याचा वापर जास्त करतात. महाराष्ट्र आणि कर्नाटकातील काही भागांत कुरडया करतात. त्यासाठी गहू तीन दिवस पाण्यात भिजवतात. त्यांचं पाणी रोज बदलतात. नंतर असा भिजलेले गहू जाडसर वाटतात. त्यांतला स्टार्च वेगळा काढतात. त्यांची सालंसुद्धा वेगळी काढतात. सालांपासून सांडगे तयार करतात, तर स्टार्चपासून कुरडया, पापड इत्यादी प्रकार करतात. विदर्भात ज्वारी आंबवून त्यापासून धापोडे तयार करतात. ज्या आंबवलेल्या पिठापासून धापोडे तयार करतात, त्यातच थोडे जास्त पाणी घालून 'आंबिल' नावाचा पिण्याचा प्रकार करतात. आंबिल प्यायल्यानं ऊन बाधत नाही, असं म्हणतात. आजकाल काही ठिकाणी वाळलेले ज्वारीचे पापड कोमट पाण्यात भिजवून खाण्याची पद्धत दिसून येते.

दक्षिण भारतात पापड करण्यासाठी स्टार्च म्हणून साबुदाण्याचा वापर करतात. कोकणात तांदूळ, बटाटा यांपासून पापड करतात. खान्देशात गहू, ज्वारी, बाजरी इत्यादी धान्यांचे पापड करतात. थोडक्यात, भौगोलिक परिस्थितीनुसार ज्या भागात जे पीक घेतलं जातं, त्या पिकापासून वाळवण तयार करण्याची पद्धत आहे. या वाळवणाला धार्मिक संदर्भही जोडले गेले आहेत. मुंज, लग्न अशा समारंभांत मुहूर्ताच्या दिवशी शेजाऱ्यांना, नातेवाइकांना बोलावून एकत्रितपणे मूगवड्या, गव्हले, मालत्या, नखुल्या, बोटुले, शेवया, रंगीबेरंगी पापड्या, त्यांची फुलं असे अनेक कल्पक प्रकार तयार करतात. माझ्या आवडत्या लेखिका मोहसिना मुकादम यांच्या एका लेखातही वाळवणाचा असा उल्लेख आला आहे. त्या लिहितात की, कोकणी मुस्लीम समाजात लग्नाच्या वेळी नवरीमुलींबरोबर देण्यासाठी खास रंगीत

सरवले तयार करतात. रुखवतासाठी सरवले करण्याची पद्धत बरीच जुनी आहे. नाजूक रिंगप्रमाणे दिसणारे सरवले काचेच्या बाटल्यांमध्ये भरून मुलीबरोबर सासरी पाठवले जात असत. पुढे कितीतरी दिवस ते सासरच्या घरची शोभा वाढवत. अचानक आलेल्या पाहुण्यांसाठी सरवल्यांचा शिरा केला जाई.

वाळवणाच्या पदार्थांबद्दल अनेक समज आहेत. लग्नघरी एकदा का ते पदार्थ तयार केले, की पुन्हा वर्षभर करायचे नाहीत. काही समाजांमध्ये लग्नाच्या जेवणावळीच्या वेळी नवऱ्या मुलीच्या आईच्या डोक्यावर तळलेल्या कुरड्या मोडतात. पूर्वी वाळवणाचे पदार्थ आई आपल्या मुलीला माहेरून करून पाठवत असे. अजून काही ठिकाणी ही परंपरा सुरू आहे. वाळवणाचा आधुनिक प्रकार म्हणजे 'डिहायड्रेटेड' भाज्या आणि फळं. यामध्ये भाज्यांमधलं आणि फळांमधलं पाणी शोषून ते विशिष्ट पद्धतीनं सुकवतात. वापरायच्या वेळी या भाज्या, फळं पाण्यात घातली, की ते पुन्हा टवटवीत होतात. याचा वापर वेगवेगळ्या भाज्या, फ्रुट सॅलड किंवा बेकरीचे पदार्थ तयार करण्यासाठी करतात.

पूर्वी वाळवणाचे पदार्थ परिसरातल्या बायका एकत्र येऊन करत. त्यामुळे विचारांची, माहितीची देवाणघेवाण होत असे. आजकालच्या भाषेत ज्याला 'बॉन्डिंग' म्हणतात, तेदेखील होत असे. आता मात्र हे चित्र फार क्वचित पाहायला मिळतं. तुम्हाला शक्य असेल, तर या उन्हाळ्यात जरूर 'वाळवण उत्सव' साजरा करा आणि तो कसा झाला हे नक्की कळवा!

वाळवण करताना घ्यायची काळजी

- वाळवणात मीठ घालताना ते जपून घालावं. कारण ज्या वेळी १० किलो भाज्या एकत्र करून आपण सांडगे बनवतो, त्या वेळी तुम्ही भाज्यांच्या हिशोबानं मीठ घालता. पण हेच सांडगे किंवा मिरच्या वाळल्यावर त्याचं प्रमाण किलोला ३००-४०० ग्रॅम होतं. त्याच वेळी मीठाचं प्रमाण मात्र कमी होत नाही, ही गोष्ट लक्षात घ्यावी.
- वाळवण साठवण्यापूर्वी ते कडकडीत वाळलं आहे याची खात्री करून घ्यावी. नाहीतर त्याला बुरशी लागते.
- वज़नाला हलकं आणि नाजूक असल्यामुळे वाळवण साठवताना छोट्या-छोट्या पाकिटांमध्ये त्याची विभागणी करावी.

काही वेगळी वाळवणं

ज्वारीचे पापड (धापोडे)

साहित्य : ज्वारीचं पीठ ५०० ग्रॅम, तिखट चवीनुसार, दही अर्धी वाटी, मीठ १ चमचा, तीळ २ चमचे, ओवा १ चमचा

कृती : ज्वारीच्या पिठात दही घालून पीठ रात्री पाण्यात भिजत ठेवावं. रात्रभर ते आंबतं. दुसऱ्या दिवशी सकाळी पिठाएवढंच पाणी उकळावं. पाण्याला उकळी आली, की त्यात आंबवलेलं पीठ थोडंथोडं ओतावं. पीठ उकळलेल्या पाण्यात ओतताना गुठळी होणार नाही याची काळजी घ्यावी. आंबवलेल्या पिठामध्ये तिखट, हळद, मीठ, तीळ, ओवा चवीनुसार घालावं आणि पापड लाटावे. या धापोड्यांना कडक ऊन लागतं. सायंकाळी धापोडे सुकल्यावर चादर उलटी करून त्यावर पाणी शिंपडावं आणि धापोडे काढावेत. ते पुन्हा उन्हात सुकवावेत. धापोडे वर्षभर टिकतात.

फणसाचे वडे

साहित्य : अर्धवट पिकलेला फणस, तिखट, मीठ, केळीचं पान

कृती : फणसाचे गरे काढावे. मोठे तुकडे करून वाफवून घ्यावे. गार झाल्यावर त्यात तिखट, मीठ घालून चांगले मळून घ्यावे. केळीच्या पानाला तेलाचा हात लावून त्यावर वडे थापावे आणि उन्हात वाळवावे.

३. रव्याच्या कुरडया

साहित्य : रवा अर्धा किलो, हिंग, मीठ

कृती : रवा तीन दिवस पाण्यात भिजवावा. रोज पाणी बदलावं. तिसऱ्या दिवशी वरचं पाणी ओतून टाकावं. जाडसर कापडातून रवा गाळून घ्यावा. पुन्हा पाणी घालून ठेवावं. दुसऱ्या दिवशी वरचं पाणी काढून टाकावं. रव्याचा चीक मोजावा. एक वाटी चीक असेल, तर एक वाटी पाणी उकळायला ठेवावं. त्यात चवीपुरतं मीठ, हिंग घालावं. डाव्या हातानं चिकाची धार धरत उजव्या हातानं स्टीलच्या उलथण्याच्या टोकानं ढवळावं. नंतर त्यावर झाकण ठेवून वाफ आणावी. दणदणून वाफ आल्यावर गरम असतानाच शेवेच्या सोऱ्यानं कुरडया घालाव्या. उन्हात चांगल्या वाळू द्याव्या.

वाळवणाशी संबंधित एक मजेशीर गाणं

आला आला उन्हाळा
पापड, लोणची, मसाला
करू या साऱ्या मिळून बाई
लागा आता कामाला
चला सख्यांनो वाळवणाच्या
लागू या गं कामाला

पापड करू या उडदाचे,
तांदूळ-नाचणी-मुगाचे,
मुगोड्याही घालू बाई
सारे आमच्या ह्यांच्या आवडीचे
चला बायांनो पदर खोचा
ढीग पडले कामांचे

धापोडे, बिबड्या, सरगुंडे
नखुले, गहुले, सरवले
मुरांबेही करू या ताई
सरबत, लोणची, मसाले
चला ताई पदार्थ करू या
वाळवणींचे उन्हातले

नाजूकसाजूक शेवयांचे
मार्गदर्शन सासवांचे
सांडगे करू या भाज्यांचे
आणि लोणचं करू या आंब्याचे
चला बायांनो पदर खोचा
ढीग पडले कामांचे

पापड्या, सांडया, कुरडया
भाज्या घालू वाळवायला
मिरच्या खमंग दह्यातल्या
तळून तोंडी लावायला
चला सख्यांनो वाळवणाच्या
लागू या गं कामाला

चिप्स करू या बटाट्यांचे
पापड साबुदाण्याचे
उपवासाला दुप्पट खाऊ
चकल्या, सांडगे भगरीचे
चला सख्यांनो करू या घाई
ढीग पडले कामांचे

पापड नाना प्रकारांचे
भरू या डबे वाळवणाचे
मुलांना ही सुट्टी म्हणूनच
कामं करू या उन्हाळ्याचे
चला बायांनो पदर खोचा
ढीग पडले कामांचे

करता करता खाऊ या
चीक बोट्या पापडाच्या
चोरून चोरून गायब होती
अर्ध्या वाळल्या धापोड्या
चला ग बाई करू या मिळूनी
उसऱ्या, सांडगी, खारोड्या

पारंपरिक मिष्टान्ने

खीर

कोणत्याही संस्कृतीचा एक गंमतीचा भाग म्हणजे सामाजिक, धार्मिक कार्यक्रम आणि खाद्यसंस्कृती यांचं एकमेकांशी असलेलं नातं. आपले कोणतेही सण-समारंभ घ्या, एखादा खाद्यप्रकार त्याच्याशी निगडित असलेला दिसून येईलच. काही ठरावीक पदार्थ तर आपल्या ठरावीक सण-समारंभांचे अगदी अविभाज्य घटक बनलेले दिसून येतात. असाच एक पदार्थ म्हणजे खीर! 'पायसम', 'पायेश', 'खीर' या आणि अशा विविध नावांनी ओळखली जाणारी खीर आपल्या देशात साजऱ्या होणाऱ्या वेगवेगळ्या सणवारांचा महत्त्वाचा भाग बनून गेली आहे. पौराणिक, ऐतिहासिक गोष्टींमधून खिरीचे उल्लेख मिळतातच; पण आपल्या आयुर्वेदामध्येसुद्धा खिरीचं महत्त्व सांगितलेलं आहे.

जगन्नाथ पुरीमध्ये साधारण २००० वर्षांपूर्वीपासून देवाचा प्रसाद म्हणून खीर तयार केली जाते. खीर या पदार्थाचा उल्लेख अगदी रामायणात आणि महाभारतातसुद्धा झालेला आढळतो. असं म्हणतात की, द्रौपदीचं आहारशास्त्राविषयीचं ज्ञान उत्तम होतं. पांडव अज्ञातवासात असताना द्रौपदीनं खीर तयार केल्याची कथा सांगितली जाते. शरीराला उत्तम ऊर्जा देणारा हा पदार्थ जंगलातल्या वास्तव्यात द्रौपदीनं पांडवांसाठी केला होता.

पायसमशी संबंधितही एक पौराणिक कथा सांगितली जाते. अंबालापुझ्झा येथील राजा बुद्धीबळाच्या खेळात प्रवीण होता. राजाची परीक्षा घ्यावी म्हणून एकदा भगवान विष्णू ऋषींचं रूप धारण करून राजाकडे आले आणि राजाला त्यांनी त्यांच्याबरोबर बुद्धीबळ खेळण्याचं आव्हान दिलं. मात्र या खेळात एक वेगळाच करार झाला. जर राजा हरला, तर राजानं तांदूळ दान द्यायचे; पण ते कसे, तर बुद्धीबळाच्या पटावरच्या पहिल्या घरात तांदळाचा एक दाणा, दुसऱ्या घरात पहिल्याच्या दुप्पट दाणे, तिसऱ्या घरात दुसऱ्याच्या दुप्पट दाणे... अशा पटीत तांदूळ दान करायचे असं ठरलं. खेळाला सुरुवात झाली. प्रत्यक्ष देवापुढे अर्थातच

राजा टिकाव धरू शकला नाही आणि हरला. आता ठरलेल्या करारानुसार असंख्य टन तांदूळ राजानं दान द्यायचे होते. राजा हतबल झाला. मग भगवान विष्णू आपल्या मूळ रूपात प्रकट झाले. त्यांनी राजाला करार सोपा करून सांगितला. म्हणजे एकाच वेळेस तेवढे तांदूळ न देता राजानं ते तांदूळ भक्तांना, यात्रेकरूंना, बेघरांना आणि गरजूंना प्रसादरूपानं द्यावे, असं सांगितलं. पुढे राजानं ते तांदूळ भाविकांना खिरीच्या रूपात दिले आणि तेव्हापासून दक्षिणेत खीर म्हणजेच 'पायसम' या पदार्थाला विशेष महत्त्व प्राप्त झालं.

ऐतिहासिक खाद्यसंस्कृतीचे जाणकार, प्रसिद्ध लेखक के. टी. आचार्य यांनीही आपल्या पुस्तकात खिरीचा उल्लेख भारतीय खाद्यसंस्कृतीतला महत्त्वाचा घटक असा केला आहे. संस्कृत भाषेमध्ये 'क्षीर' म्हणजे संस्कार केलेलं दूध. गंमतीचा भाग म्हणजे पर्शियन भाषेतसुद्धा दुधाला 'शीर' म्हणतात. आपण जर जागतिक पातळीवर अगदी प्राचीन खाद्यसंस्कृतींचा आढावा घेतला, तर असं लक्षात येईल, की जगातल्या अनेक देशांत प्रत्येक खाद्यसंस्कृतीमध्ये खीर वेगवेगळ्या रूपात अस्तित्वात आहेच. अरब देशांमध्ये ती 'शीर' म्हणून प्रसिद्ध आहे, तर पाश्चिमात्य देशांमध्ये 'राइस पुडिंग' म्हणून. मालदीवमध्ये 'किरु' म्हणून ओळखल्या जाणाऱ्या खिरीचा इतिहासही खूप मोठा आहे. ईदसारख्या मुस्लीम लोकांच्या सणामध्ये शीरखुर्म्याला असलेलं महत्त्व सर्वांना माहीत आहेच. खिरीचा हा प्रकारही उत्तम लागतो. अनेक मुस्लीम देशांमध्ये मुहर्रमच्या दहाव्या दिवशी 'नझर' बनवतात. ती नझर म्हणजेही एक प्रकारची खीरच. थोडक्यात काय क्षीर, शीर, खीर नावं जरी वेगवेगळी असली, तरी पदार्थ एकच. सुखाच्या आणि दुःखाच्या प्रसंगातही निरनिराळ्या रूपांत खीर आपल्यासमोर येते. श्राद्ध-पक्ष अशा प्रसंगी विशेष महत्त्व असलेली तांदळाची खीर आणि पंचपक्वान्नांनी भरलेल्या नैवेद्याच्या पानातही चमचाभर का असेना, आवश्यक असलेली शेवयांची खीर ही याचेच द्योतक आहे.

आपल्या आहारशास्त्रामध्ये असं सांगितलं गेलं आहे, की सावे, राळे, देवभात, सुगंधी तांदूळ यांपैकी कुठल्याही तांदळाची खीर बनवावी. खिरीमध्ये म्हशीच्या दुधाचा वापर करावा. पूर्वी केळीच्या पानावर जेवत असत. म्हणून पानावरून खीर ओघळणार नाही ही काळजी घेऊनच खीर तयार करत असत. पूर्वीच्या काळी गोडीसाठी मध, गूळ आणि सुगंधासाठी केशर, केवडा वगैरे जिन्नस घालून खीर तयार केली जात असे. प्रसिद्ध यात्री इब्नबतूतानेसुद्धा वेगवेगळ्या भागांतल्या खीर तयार करण्याच्या वेगवेगळ्या पद्धती आपल्या प्रवासवर्णनांमध्ये लिहिल्या आहेत. पूर्वीचे लोक स्वयंपाकाच्या बाबतीत एक गोष्ट हमखास सांगत, की गोडाचा स्वयंपाक दिसतो तितका सोपा नसतो. गोडसुद्धा प्रमाणात असावं लागतं. पदार्थ खूप गोड झाला, तर खाववत नाही आणि कमी गोड झाला, तर चव येत नाही. प्रत्येक पदार्थाला जणू एक स्वभाव असतो. त्यानुसार सांगायचं झालं, तर खीर ही पानात वाढल्यावर चाटून खाण्याइतपत पातळ असावी. हे आणि असे बरेच मापदंड वेगवेगळ्या पदार्थांची गुणवत्ता ठरवत असतात.

विस्मृतीत गेलेली प्रसादाची देवखीर

साहित्य : म्हशीचं दूध १ लीटर, गव्हाचं पीठ २ चमचे, मिश्र कडधान्यांचं पीठ २ चमचे, ज्वारीचं पीठ २ चमचे, मीठ चवीनुसार, साखर ४ छोटे चमचे, केशर ५-६ काड्या, चारोळी १ चमचा

कृती : सर्व पिठं एकत्र करून त्यात थोडं मीठ घालावं. थोडं दूध घालून कणीक घट्ट भिजवून घ्यावी व गोळा झाकून ठेवावा. एका कढईत दूध घेऊन ते निम्मं होईपर्यंत आटवावं. दुधात केशर घालावं. कणकेची जाडसर पोळी लाटून कातणं किंवा सुरीनं कणकेच्या उभ्या पट्ट्या कापून घ्याव्या व आटीव दुधात सोडाव्यात. मंद आचेवर शिजू द्याव्या. पट्ट्या दुधात शिजल्या, की साखर घालून ढवळून घ्यावं. साखर विरघळली की चारोळ्या घालून देवखीर सजवावी.

मोदक

मोदक. नावच किती गोड आहे! मोद म्हणजेच आनंद देणारा तो मोदक. मोदकाचं नाव निघालं, की त्याबरोबरीनंच गणपतीचंही नाव येतं. गणपती आणि मोदक हे जणू समीकरणच आहे, असं म्हटलं तरी चालेल. गणपतीबाप्पाचा हा आवडता पदार्थ खास सणसमारंभासाठीच तयार केला जातो. मोदकांमध्येही पहिला मान जातो तो उकडीच्या मोदकाला. वाफाळता, पांढराशुभ्र, कळीदार असा देखणा उकडीचा मोदक समोर आला, की डोळे निवतात आणि भूक मात्र खवळते. गरमगरम मोदकाची छान मऊसूत झालेली पारी, योग्य प्रमाणात गोड असलेलं आतलं सारण आणि त्यावर साजुक तुपाची धार! उकडीच्या मोदकाची बातच न्यारी. व्यक्तीचं पाककलेतलं सारं कौशल्य उकडीचे मोदक करताना जणू पणाला लागतं.

आपल्याकडे विविध भागांत विविध प्रकारे मोदक केले जातात. पण उकडीच्या मोदकाची मक्तेदारी अजूनही कोकणाकडेच जाते. गणेश चतुर्थी जवळ येऊ लागली, की कोकणातल्या घराघरांत, सुवासिक तांदळाची पिठी तयार करून ठेवली जाते. फार कोवळे नाहीत, पण फार जून नाहीत असे नारळ माडावरून उतरवून घेतले जातात. मोदक करायच्या दिवशी नारळ फोडून, तो खोवून घेतला जातो. पांढरंशुभ्र खवलेलं खोबरं सारण तयार करण्यासाठी वापरतात. तेव्हाच तर ते सारण मऊ होतं! मोदक करण्यासाठी सुवासिक तांदळाची पिठी घेऊन त्याची उकड काढली जाते. उकड गरम असतानाच हाताला तेल लावून चांगली मळावी लागते, नाहीतर पारीला फुटी पडतात. उकड जितकी मळाल, तितका मोदक छान लुसलुशीत होतो. मग त्याची पारी तयार करून, त्यात सारण घालून छान कळीदार मोदक तयार केला जातो. त्या कळ्यांची फुलं झाली तरी काळजी करू नका. प्रयत्न सुरू ठेवा. आणि तसंही, कळ्या जमल्या नाहीत तरी हरकत नाही. छान वाफवलेल्या त्या मोदकांची फुलं तुपाच्या धारेसह पोटात गेल्यावर कुठे कळणार आहे, कळ्या होत्या की पाकळ्या! उकडीचा मोदक गरम असताना छान लागतो हे खरंच, पण

थंड झाल्यावरही मोदक चांगलाच लागतो. फक्त त्याची पारी तडतडीत होता कामा नये. शिळा, मुरलेला मोदक तर अजूनच छान लागतो. अर्थातच हे ज्याच्या-त्याच्या रसनेवर अवलंबून आहे.

मोदकाची उकड उरली असेल, तर त्यात लाल तिखट, हिंग, हळद, मीठ, जिरं घालून छान मळून त्याला पणतीचा आकार देऊन निवग्र्या केल्या जातात. या निवग्र्यांत सारण वगैरे भरायचं नसल्यानं त्या पटकन होतात आणि चवीलाही छान लागतात. गरमगरम निवग्र्या तेलाबरोबर खाऊन बघा; मग मोदकांबरोबर निवग्र्याही व्हायलाच हव्यात, हा अलिखित नियम होतो की नाही बघा तुमच्या घरात.

आपल्या देशांत प्रत्येक गोष्टीत इतकं वैविध्य आहे, की त्यातून मोदक तरी मागे कसा राहील? मोदकांमध्येही विविध प्रकार पहायला मिळतात. कधी उकडीच्या मोदकाचं सारण तेच ठेवून आवरणात फरक केलेला असतो किंवा कधी दोन्हींमध्येही बदल केलेले दिसून येतात. मोदकाच्या वरच्या आवरणात आंबा रस घालून केलेला आंबा मोदक असेल किंवा रंगीत मोदक असतील, हे मोदकही छान दिसतात आणि चवीलाही चांगले लागतात. कधी सारणात गुलकंद घातलेला पाहायला मिळतो, तर कधी सुकामेवा किंवा अजून काही. अलीकडच्या काळात चॉकलेटचे मोदकही बाजारात उपलब्ध आहेत.

गणपतीसाठी केल्या जाणाऱ्या मोदकांमधला आणखी एक लोकप्रिय प्रकार म्हणजे तळणीचे मोदक. याच्या पारीसाठी कणकेत थोडासा रवा, तेल आणि मीठ घालून घट्टसर कणीक भिजवतात. त्याची पारी करून त्यात ओल्या किंवा सुक्या खोबऱ्याचं सारण भरतात. मोदकाचा आकार देऊन गरम तेलात किंवा तुपात छान

गुलाबीसर रंगावर तळतात. हे तळणीचे मोदक सात-आठ दिवस टिकतात आणि चवीलाही उत्तम लागतात. काही भागांत गणपतीच्या नैवेद्यासाठी पंचखाद्याचे खव्याचे मोदकही केले जातात.

आपल्या पुराणात किंवा इतर प्राचीन साहित्यात मोदकाचा उल्लेख नसला, तरी श्रीगणेशाच्या आरतीत 'लाडू, मोदक अन्ने परिपूरित पात्रे' असा मोदकाचा उल्लेख दिसतो. त्यामुळे गणपतीबाप्पा आणि मोदक यांचं नातं प्राचीन नसलं, तरी अतूट झालं आहे हे खरं. कोणत्याही खाद्यसंस्कृतीवर नजर टाकली असता, एखाद्या पिठाची पारी आणि आतमध्ये सारण या पद्धतीचे अनेक पदार्थ अनेक देशांमध्ये तयार झालेले आपल्याला दिसून येतात. तसंच काहीसं मोदकाच्या बाबतीत झालं असावं. कोकणातल्या लोकांनी त्याला आपल्या पद्धतीनं गूळ-खोबऱ्याचं सारण भरून सजवलं. पाकशास्त्रात पदार्थाच्या चवीइतकंच महत्त्व त्याच्या रंगरूपालाही दिलं जातं. म्हणूनच मग ठिकठिकाणच्या सुगरणींनी (आणि सुगरणोबांनीही) त्या मोदकाला छान कमळाच्या आकारात सजवलं आणि जन्माला आला आपला कळीदार मोदक! चौसष्ट विद्यांची देवता असणाऱ्या गणपतीबाप्पालाही कलाकुसरीनं आणि कौशल्यानं नटलेलं मोदकाचं हे मोहक रूप भावलं असणार. म्हणूनच तर मोदक थेट त्याच्या हातात जाऊन बसला! हे कधी आणि कसं घडलं, मोदकाची उत्क्रांती कशी झाली, याची लिखित स्वरूपातली माहिती कुठेही उपलब्ध नाही.

अर्थात, मोदकाचं मूळ शोधण्याच्या फंदात न पडता ज्या बाप्पाच्या कृपेनं आपल्याला इतका सुंदर पदार्थ खायला मिळतो, त्या बाप्पाचं नामस्मरण करून, आपण मोदकाची कला पुढच्या पिढीकडे पोहोचवण्याचं आणि मोदकाचा आस्वाद घेण्याचं काम निष्ठेनं करत राहू... गणपतीबाप्पा मोरया!

पुरणपोळी

माझ्या लहानपणी एकदा माथेरानला गेलो असताना तिथे एका खाणावळीतली गरमगरम छोटी पुरणपोळी खाल्ली होती. ती छोटीशी असली, तरी अगदी आमच्या नागपुरी जाड्या पराठ्यासारखी होती. कदाचित म्हणूनच असेल, पण त्या वेळच्या पुरणपोळीची चव आणि आकार अजूनही माझ्या स्पष्ट लक्षात आहे.

पुढे भारतभरच्या प्रवासात वेडमी, बोळी, होळीगे, बोबटलू, ओपुट्टु, उबट्टी यांसारख्या विविध प्रकारांची आणि चवीची पुरणपोळी खाण्याची संधी मिळाली. ही सगळी नावं वेगवेगळ्या भाषेतली पण पुरणपोळीचीच आहेत. पुरणपोळी गुजरात, केरळ, कर्नाटक, तामिळनाडू वगैरे बऱ्याच राज्यांत केली जाते, आवडीनं खाल्ली जाते. फक्त वेगवेगळ्या नावांनी ओळखली जाते. पण काहीही म्हणा, महाराष्ट्रातल्या पुरणपोळीची मजाच वेगळी! आपल्याकडची तेलपोळी असो, आमच्या नागपुरात करतात तसा जाड पुरणाचा पराठास्टाईल पोळी असो किंवा कोकणात करतात तशी मऊसूत, रेशमाच्या लडीसारखी पुरणपोळी असो... महाराष्ट्रातल्या पुरणपोळीची सर इतर कोणत्या प्रांतातल्या पोळीला येणार नाही. हे माझं विधान लहानपणापासून याच पोळीच्या चवीची जिभेला आणि पर्यायानं मेंदूला सवय झाल्यामुळे असेल कदाचित.

पुरणपोळीचे प्राचीन संदर्भ 'भैषज्य रत्नावली' आणि 'भावप्रकाश' या दोन आयुर्वेदग्रंथांत मिळतात. गोड भरलेली पोळी असा याचा उल्लेख आहे. तो पोळीचा प्रकार अगदी आजच्या पुरणपोळीच्या पद्धतीचाच आहे, त्यामुळे तो उल्लेख पुरणपोळीचाच असावा असं म्हणता येईल. त्यामध्ये तूरडाळ, चणाडाळ आणि मूगडाळ या तीन प्रकारच्या डाळी वापरून पुरण करून घ्यावं. ते पोळीत भरून त्याची पोळी लाटावी आणि ती साजूक तुपावर खरपूस भाजून घ्यावी असं म्हटलेलं आहे. या तीन प्रकारच्या पुरणांत मुगाच्या डाळीचं पुरण पचायला हलकं असतं, असं म्हटलेलं आहे. यावरून त्याचा वापर जास्त हवा असंही गृहीत धरता येईल. पण आजकाल मुगाच्या डाळीचं पुरण अगदीच अभावानं केलं जातं.

कर्नाटकात 'नारळा उबट्टी' आणि 'मूगडाळ उबट्टी' हे दोन प्रकार केले जातात. नारळा उबट्टीमध्ये ओल्या खोबऱ्यात थोडीशी शिजलेली चणाडाळ घालून साखर, वेलची घालतात आणि ते पुरणपोळीत भरतात. मूगडाळ उबट्टीमध्ये मूगडाळ, साखर, वेलचीचं पुरण करून ते पोळीत भरतात. गुजरातच्या कच्छ प्रांतात आणि राजस्थानच्या मारवाड प्रांतातही काही ठिकाणी मूगडाळीचं पुरण भरलेली पोळी केली जाते. गुजरातमध्ये, राजस्थानात पोळीसाठी मैद्याचा वापर केला जातो; पण कर्नाटकात मात्र महाराष्ट्रात होते तशी गव्हाच्या पिठाची पोळी केली जाते. या पुरणपोळीबरोबर खाण्यासाठी पायसम म्हणजेच खीर केली जाते.

जपानमध्येही पुरण केलं जातं असं म्हटलं, तर आश्चर्य वाटेल ना! आमची एक मैत्रीण ऋतावरी जपानमध्ये राहते. तिचा नवरा जपानी असल्यानं जपानी पारंपरिक पदार्थांशी तिची चांगलीच ओळख झाली आहे. तिथे लाल चवळीसारख्या धान्यापासून पुरण किंवा पुरणासारखा पदार्थ करतात. त्याला 'आंको' म्हणतात. या आंकोपासून केक, सॅण्डविच, कुल्फी केली जाते; तसंच पॅनकेक म्हणजेच पोळीदेखील केली जाते. म्हणजेच जपानमध्येदेखील पुरणपोळी करतात म्हणायला हरकत नाही. फक्त तिथे आंको म्हणजे पुरण बाजारात विकत मिळतं. आपल्यासारखे पुरण करायचे कष्ट करावे लागत नाहीत.

माझ्या एका पाककृती विशेषांकाच्या निमित्तानं मूळ मराठी असलेल्या, पण महाराष्ट्राबाहेरच पिढ्यान्‌पिढ्या राहिलेल्या अनेक मराठी लोकांशी संवाद साधण्याचा योग आला. ही मंडळी बराच काळ तिथे राहिल्यामुळे त्या त्या प्रांतातल्या चालीरीती, संस्कृतीशी एकरूप झाली आहेत. मग ते बलुचिस्तानातले बुगटी मराठा असतील; मॉरिशस, नेपाळ इथे अनेक पिढ्यांपासून राहणारे मराठी असतील, मग पंजाबात पानिपत वगैरे भागातले रोर मराठा असतील किंवा तंजावरचं भोसले राजघराणं असेल! या सगळ्यांशी बोलताना एक गोष्ट प्रकर्षानं जाणवली, ती म्हणजे पुरणपोळीचं माहात्म्य! पुरणपोळी हा प्रकार चव घेणं तर दूर, पण यातल्या अनेकांनी बघितलादेखील नसेल. पण त्यांना पुरणपोळी माहीत आहे आणि याविषयी कुतूहलदेखील आहे.

आधीच म्हटल्याप्रमाणे पुरणपोळीचा फार पुराणकालीन इतिहास मिळत नाही. पुरणपोळीच्या इतिहासाची खरी सुरुवात बहुदा पेशवेकालीनच असावी. पेशव्यांच्या काळात पुरणपोळीला विशेष मान मिळाला असावा असं दिसून येतं. सोनसळी

पिवळ्या रंगाचा गूळ आणि चण्याची डाळ यांपासून केलेलं पुरण, उत्तम प्रतीच्या गव्हाचं पीठ वापरून केलेल्या, वेलची घातलेल्या, साजूक तुपावर खमंग भाजलेल्या पुरणपोळीचा उल्लेख पेशव्यांच्या खाद्येतिहासात आहे.

'होळी रे होळी, पुरणाची पोळी' असं म्हणायची आपल्याकडची पद्धतच पुरणपोळीचा आपल्या सणांशी आणि संस्कृतीशी असलेला दृढ संबंध दाखवते. त्यामुळे होळी असली, की पुरणपोळी येतेच. महाराष्ट्रातल्या अनेक भागांत मार्गशीर्षात येणाऱ्या चंपाषष्ठीच्या नेवैद्यालादेखील पुरणपोळी केली जाते. 'पुरणा-वरणाचा स्वयंपाक' यावरूनही आपल्या खाद्यसंस्कृतीत मुरलेल्या पुरणाची कल्पना येईल. कोणताही नैवेद्याचा स्वयंपाक म्हटला, की पुरण हवंच. श्रावणी शुक्रवारी पुरण भरून कडबू केले जातात. नागपंचमीला पुरणाची दिंडं करतात. काही ठिकाणी पुरणाची खीरही केली जाते. कारवारकडे पुरणाची बोंडं म्हणजेच तांदळाच्या पिठात घोळवून भजी केली जातात.

तेलपोळी करण्यासाठी मैदा वापरला जातो. कोणी रवा-मैदा एकत्र करून कणीक भिजवतात. पुरणात गोडीसाठी आपापल्या आवडीनुसार कोणी साखर घालतात, तर कोणी गूळ घालतात. काही जण पुरणपोळीची चव आणि रूप दोन्ही उत्तम व्हावं यासाठी साखर आणि गूळ दोन्ही घालतात. पुरणपोळी लाटायला सोपी जावी, म्हणून कणकेत मैदा घातला जातो. पण फक्त गव्हाच्या पिठाच्या लुसलुशीत पुरणपोळ्या करणं, हे खरं पाककौशल्य!

पुरणपोळीची इतकी महती सांगितल्यावर त्या कशा करायच्या हेही सांगणं गरजेचं आहे, नाही का? तर पुरणपोळी करण्यासाठी प्रथम हरभऱ्याची म्हणजेच चण्याची डाळ घ्यावी. डाळ नवी असली, की पुरण मिळून येतं. जुन्या डाळीमुळे पुरण विसविशीत होतं आणि पोळी तुटते. आवरणासाठी तीन भाग कणीक आणि एक भाग मैदा घ्यावा. त्यात चारपाच लहान चमचे गरम तेल घालावं. त्याला 'मोहन' म्हणतात. दोन चिमट्या मीठ घालून फार घट्ट

नाही आणि फार सैल नाही असं पीठ भिजवावं. अशी भिजवलेली कणीक एखाद्या खोलगट भांड्यात ठेवावी. त्यावर थोडं तेल घालून भांडं झाकून ठेवावं. शक्यतो सुती फडकं भिजवून, पिळून, त्या फडक्यानं भांडं झाकावं. तासा-दीड तासानं पाण्याचा हात लावून ती कणीक चांगली तिंबून घ्यावी. एकीकडे कणीक भिजवून घ्यावी आणि दुसरीकडे पुरणासाठी डाळ शिजायला लावावी. कणीक मुरेपर्यंत पुरण तयार होतं. मोठ्या जाड बुडाच्या पातेल्यात डाळीच्या सव्वापट पाणी उकळावं. उकळत्या पाण्यात चिमूटभर हळद, चमचाभर धुतलेले तांदूळ आणि धुतलेली डाळ घालून गरजेप्रमाणे थोडंथोडं गरम पाणी घालून शिजवून घ्यावी. गॅस बंद करून शिजलेली डाळ पाच-सात मिनिटं झाकून ठेवावी. शिजलेली डाळ जाळीच्या स्वच्छ चाळणीखाली पातेलं ठेवून ओतून घ्यावी. चाळणीखालच्या या पाण्याची म्हणजेच कटाची आमटी फार चविष्ट होते.

डाळीत डाळीएवढं गोड म्हणजे गूळ आणि साखर, नुसती साखर, किंवा नुसता गूळ घालावा. गूळ तासलेला घ्यावा. पुरण खदखदू लागलं आणि कड कोरडी पडायला लागली की पुरण तयार झालं असं समजावं. ते गरम असतानाच पुरणयंत्रातून वाटून घ्यावं. वाटतानाच त्यात जायफळ आणि वेलचीची पूड घातली तर ती पुरणासह एकजीव होते. मग भिजवलेली कणीक तिंबून त्यात पुरण भरून तांदळाच्या पिठीवर पोळी लाटावी. लाटण्यावर पोळी गुंडाळून तापलेल्या तव्यावर उलगडून घालावी. सुती रुमालानं तव्यावर फिरवून पोळी मध्यम आंचेवर भाजावी. वर्तमानपत्राच्या घडीवर सरकवून घ्यावी आणि पुन्हा तव्यावर पालथी घालावी. दोन्ही बाजूंनी पोळी भाजून घ्यावी. पुरणपोळी एकदोनदा उलटली तरी पुरते. नाजूक, खुसखुशीत पोळी सारखी उलटली, तर तुटण्याची शक्यता असते. या पद्धतीनं पोळी केलीत तर काय बिशाद आहे पोळी बिघडेल... मग, बघताय ना करून!

जिलेबी

झेपली, जिलापी, जिलापीर पाक, जिलाफी, जुलबीया, जेरी, मुराब्बक, कुंडलिका, जलबल्लीका, चासवल्लीका, जलेबा, झलेबिया, जलेबा, जिलबी, जलेबी, जिलेबी ही सगळी नावं आहेत एका मिष्टान्नाची! भारतातल्या वेगवेगळ्या प्रांतांत त्या त्या ठिकाणचा खास गोड पदार्थ म्हणून त्याला मान आहे. पण मुळात हा पदार्थ भारतीय नाहीच. याचा इतिहास शोधायला गेलं, तर तो जुन्या दिल्लीत पसरलेल्या इलेक्ट्रिसिटीच्या तारांसारखा प्रचंड गुंतागुंतीचा आहे.

जिलेबीच्या उगमाबद्दलच्या वेगवेगळ्या कथांपैकी एक कथा आपण इथे पाहू. साधारण तिसऱ्या शतकात 'डोनोबिया' ही पामिरन साम्राज्याची सम्राज्ञी होती. तिनं वसवलेल्या दोन जुळ्या शहरांची नावं होती 'हलाबिया' आणि 'झलाबिया'. त्यांपैकी झलाबिया शहारातल्या एका मिठाईवाल्याला वेगवेगळे प्रयोग करण्याची आवड होती. एकदा त्यानं आंबवलेल्या पिठात अंडी फोडून घातली आणि त्या मिश्रणाला फेटून त्यापासून कुरकुरीत, जाळीदार वडे तळून काढले. मग त्यावर मध, सुकामेवा घालून गोड पदार्थ तयार केला. हा पदार्थ सर्वांना आवडला. त्या पदार्थाला त्यानं आपल्या शहराचं नाव दिलं - 'झलाबिया'. जिलेबीसदृश पदार्थाच्या उगमाची ही एक शक्यता.

पुढे नलराजानं तेराव्या शतकात लिहिलेल्या पाककृतींच्या पुस्तकातही या पदार्थाचा उल्लेख आढळतो. इराणचा मोहम्मद हसन याच्या 'पाकखाना' या पुस्तकातसुद्धा जिलेबीसदृश पाककृती आढळते. पंधराव्या शतकात जिनासूर नावाचे एक जैन लेखक होते. त्यांनी लिहिलेल्या पुस्तकात एका श्रीमंत व्यापाऱ्याच्या घरी दिलेल्या मेजवानीचा आणि त्यामधील जिलेबीसदृश पदार्थाचा उल्लेख आढळून येतो. पण त्या पदार्थाचं नाव त्या पुस्तकात कुंडलिका असं दिलं आहे. पुढे ते नाव 'सुधा कुंडलिका' म्हणून संस्कृत भाषेत आलेलं आहे. सुधारस या गोड पदार्थाच्या नावाबरोबर हा उल्लेख येतो.

पूर्वीच्या काळी व्यापारी लोक समुद्रामार्गे पर्शिया आणि भारतादरम्यान ये-जा करत. त्या मार्गानं येणारी ही मंडळी भारतात आली, की त्यांचा पहिला मुक्काम अर्थातच पश्चिम मुंबई आणि गुजरातच्या किनारपट्टीवर असे. म्हणूनच कदाचित भारतात प्रथम जिलेबी हा पदार्थ महाराष्ट्रात आणि गुजरातमध्ये प्रसिद्ध झाला. गुजरातमध्ये याला फाफड्याची जोड मिळाली, तर महाराष्ट्रात मठ्ठ्याची जोड मिळून जिलेबी लग्नाच्या पंगतीत जाऊन बसली. मठ्ठा, मसालेभात आणि जिलेबी असं समीकरणच तयार झालं. पुढे ही जिलेबी घरंगळत भारतातल्या इतर प्रदेशांत गेली असावी आणि त्या त्या ठिकाणी तिनं नवीन अवतार घेतला असावा. वेगवेगळ्या राज्यातल्या लोकांच्या खाण्यापिण्याच्या सवयीनुसार तिचा आकार आणि तयार करण्याची पद्धत, चव बदलत गेली. दिल्लीत ही जिलेबी जरा जाड आणि आकारानं मोठी असते. महाराष्ट्रात मात्र तिचं रूप थोडं गोजिरं आहे. आकारानं सोनेरी, थोडी केशरी रंगाची ही जिलेबी वरून कडक आणि आतून नरम, रसरशीत, पाक भरलेली असते. जिलेबीच्या पाकात वेलची आणि लिंबाचा स्वाद असल्यामुळे एक खाल्ल्यावर लगेच दुसरीही खावीशी वाटते. अलीकडच्या काळात लोकांचं गोड खाण्याचं प्रमाण कमी झालं आहे. बऱ्याच ठिकाणी पंगतींची जागा बुफेनं घेतली आहे. जिलेबीही या बदलांनुसार आपलं आधुनिक रूप घेऊन 'डिस्को जिलेबी' किंवा 'डॉलर जिलेबी' म्हणून बुफेत अवतरली आहे. उत्तर भारतातही जिलेबीवर वेगळे प्रयोग झाले. जिलेबीबरोबर कुठे रबडी देतात, तर कुठे मलाईदार दही! जिलबीच्या घटक पदार्थांमध्येही आचारी, शेफ मंडळींनी प्रयोग केले. सहसा जिलेबी

तयार करताना जे पीठ वापरतात, ते मैदा आंबवून तयार केलेलं असतं. त्याऐवजी कुणी खव्याची जिलेबी तयार केली, कुणी बटाट्याची जिलेबी तयार केली, तर कुणी शिजवलेल्या भातापासूनसुद्धा जिलेबी तयार करून पाहिली. या भातापासून तयार केलेल्या जिलेबीला 'भतक्कम जिलेबी' असं म्हणतात. पश्चिम महाराष्ट्रात हा प्रकार एके काळी प्रसिद्ध होता. मग कुणीतरी आरारोटचा वापर करून उपवासाला चालेल अशी जिलेबी तयार केली आणि उपवासही गोड केला.

जिलेबीचा प्रसार आता भारताबरोबरच सीरिया, तुर्कस्थान, ग्रीस, इराण, इजिप्त, ट्युनिशिया, सायप्रस, मोरोक्को, येमेन, पाकिस्तान, बांग्लादेश इत्यादी देशांतसुद्धा झालेला आहे.

काही वर्षांपूर्वी 'विष्णूजी की रसोई'मध्ये जिलेबीवर आणखी एक प्रयोग करण्यात आला. त्यामध्ये जिलेबीच्या पाकासाठी साखरेऐवजी गूळ वापरला आणि जिलेबीच्या पिठात मैद्याऐवजी कणीक वापरली. हा प्रयोगही यशस्वी झाला. जिलेबीच्या घटक पदार्थांचा विचार केला, तर असं लक्षात येईल की पूर्वीही साखरेऐवजी गुळाचाच वापर होत असावा आणि त्याहीपूर्वी मधाचा किंवा उसाच्या रसाचा वापर होत असावा.

प्रत्येक कुटुंबाची, गावाची काही वैशिष्ट्यं असतात. त्यांच्या इतिहासाचा मागोवा घेणं हा एक छान रंजक उपक्रम होऊ शकतो. पूर्वी माझ्या आजोळी नवरात्रात कुमारिकांना जेवायला बोलवत असत. त्यांना जेवणात काळे चणे, जिलेबी आणि सायीचं दही असा वेगळा बेत असे. अशीच आणखी एक वैशिष्ट्यपूर्ण जिलेबी नाशिकला मिळते. नाशिकच्या प्रसिद्ध दुधा हलवायाकडील वनस्पतीतुपात तळलेली जिलेबी. हिची चव काही औरच असते. नाशिकात कधी गेलात, तर दुधा हलवायाकडे जिलेबीचा आस्वाद घ्यायला विसरू नका!

रसगुल्ला

एखाद्या विचारावरून दोन गटांमध्ये भांडण झालेली आपण कितीतरी बघतो. त्याचप्रमाणे घरातील मंडळींमध्ये एखाद्या विषयावरून मतभिन्नताही असते. त्यावरून कित्येकदा वादसुद्धा निर्माण होतात. पण एखाद्या पदार्थाच्या उगमस्थानावरून भांडण झालेलं फार कमी ऐकिवात आहेत. ज्याच्या उगमाबद्दल असे वादविवाद होतात, तो पदार्थ म्हणजे रसगुल्ला! साधारणपणे ७००-८०० वर्षं जुना इतिहास असलेला हा रसगुल्ला. त्याला कुणी 'रोशोगुल्ला' तर कुणी 'खीरमोहन' म्हणूनसुद्धा संबोधतात. पण याचा उगम नेमका कुठला यावरून बरेच मतभेद बऱ्याच वर्षांपासून सुरू आहेत आणि ते आजतागायत संपलेले नाहीत.

उडिया लोकांच्या म्हणण्यानुसार रसगुल्ला ही मिठाई ओडिशा-उरी इथे तयार झालेली आहे. या मिठाईची कूळकथा इथल्या देवळाच्या रूढी-परंपरांवर अवलंबून आहे. रसगुल्ल्याचा रंग पांढरा असल्यामुळे महालक्ष्मीला याचा नैवेद्य दिला जायचा. असं म्हणतात की, भगवान जगन्नाथ यांनी आपली पत्नी लक्ष्मी हिनं रथयात्रेबरोबर यावं यासाठी तिला रसगुल्ला या मिठाईचं आमिष दाखवलं. म्हणूनच तीन दिवस रथयात्रेचा प्रवास झाल्यानंतर शेवटच्या दिवशी रसगुल्ल्याचा नैवेद्य लक्ष्मीला दाखवला जातो. त्या दिवसाला 'निलाद्री-विजय' असं म्हणतात. पूर्वी हा पदार्थ फक्त मंदिरांमध्येच तयार व्हायचा. त्याची कृती बाहेर कळणार नाही याची कटाक्षानं काळजी घेतली जात असे. पुरीजवळील अथरनाला इथले पुजारी मंदिरातच रसगुल्ला बनवून त्याचा नैवेद्य दाखवत असत. काही दिवसांनी त्या पुजाऱ्यांच्या लक्षात आलं, की गावात जास्तीचं दूध असतं आणि ते वाया जातं. या लोकांना रसगुल्ले तयार करायला शिकवलं, तर दूधही वाया जाणार नाही आणि गावातल्या लोकांना कामही मिळेल, असं त्या पुजाऱ्यांना वाटलं आणि इथूनच रसगुल्ल्याचा प्रवास सुरू झाला. भुवनेश्वरजवळच्या पहाला या गावातल्या लोकांना रोजगाराचं साधन मिळालं. चवीला उत्कृष्ट आणि पौष्टिक असल्यामुळे लोकांना हा गोडाचा

नवीन प्रकार आवडला. पहाला हे ठिकाण रसगुल्ल्यासाठी प्रसिद्ध झालं.

ओडिशामध्येच रसगुल्ल्याचा अजून एक प्रकार प्रसिद्ध आहे. त्याला 'खीरमोहन' असं म्हणतात. बिकलानंदर नावाचा एक उद्योगी मिठाईवाला तिथे होता. त्याचे पूर्वज पूर्वी मंदिरात काम करत असत. त्यानं खीरमोहन हा प्रकार तयार केला, असं म्हटलं जातं. दिसायला मोठा, नरम आणि रसगुल्ल्यासारखाच हा प्रकार. पुढे अजून काही लोकांनी त्यावर प्रयोग करून 'राजभोग' नावाचा प्रकार उदयाला आणला. याला केशराच्या पाकामध्ये शिजवतात, म्हणून याचा रंग पिवळा असतो. याच्या गोळ्याच्या आतमध्ये पिस्ता-बदामाचे तुकडे, वेलची पूड आणि साखर फुटाणे घालतात. जेणेकरून रसगुल्ला गरम होत असताना त्यातील साखर फुटाणा वितळून आतमध्ये पोकळी निर्माण होते आणि खाताना वेगळा अनुभव येतो.

पश्चिम बंगालमधले लोकही रसगुल्ल्यावर आपला हक्क सांगतात. ते रसगुल्ल्याला 'रोशोगुल्ला' म्हणतात. त्यांच्या म्हणण्यानुसार कोलकात्याच्या के. नविनचंद्र दास यांनी १८६८-७०च्या दरम्यान रसगुल्ल्याचा शोध लावला. धीमन हा नविनचंद्र दास यांचा पणतू खाण्याचा फार शौकीन होता. तो मन लावून रसगुल्ल्याची कहाणी सांगायचा. धीमनच्या म्हणण्याप्रमाणे नविनचंद्र दास यांनी १८६४मध्ये मिठाईचं आपलं पहिलं दुकान उघडलं. यामध्ये बाजारात सगळीकडे मिळणाऱ्या प्रचलित मिठायाच होत्या. त्यामुळे त्यांचा धंदा फारसा वाढला नाही. दोन वर्षांतच दुकान बंद करायची वेळ त्यांच्यावर आली. यानंतर त्यांनी असं ठरवलं की, मी आता जे नवीन दुकान सुरू करेन त्यात इतरांपेक्षा वेगळ्या मिठाया असतील, जेणेकरून त्या घ्यायला लोक माझ्याकडे येतील. नंतर झालंसुद्धा असंच. त्यांची मिठाई पंचक्रोशीत प्रसिद्ध झाली. या मिठायांचं पेटंट घेऊन ठेवण्याचे सल्ले कित्येक लोकांनी त्यांना दिले. पण हा खरा खवय्या आणि दर्दी माणूस! त्यांनी त्याला नकार दिला. आपली मिठाई जगाच्या कानाकोपऱ्यांत पोहोचावी इतकीच त्यांची अपेक्षा होती. त्यांचा रसगुल्ला इतका प्रसिद्ध होता की त्या काळी डॉ. पशुपती भट्टाचार्य नावाचे एक लेखक रवीन्द्रनाथ टागोरांना दर आठवड्यात भेटायला जात. रवीन्द्रनाथांना रसगुल्ले आवडतात, म्हणून दर वेळी ते या मिठाईवाल्याकडूनच रसगुल्ले नेत. एकदा काही कारणास्तव दुकान बंद असल्यामुळे त्यांनी रवीन्द्रनाथांसाठी दुसऱ्या दुकानातून मिठाई घेतली. पण रवीन्द्रनाथ खाण्याचे इतके दर्दी होते, की ही मिठाई नेहमीची नाही हे त्यांनी लगेच ओळखलं. आपल्यासाठी रसगुल्ला फक्त धीमन दास

यांच्याकडूनच आणावा, असं त्यांनी त्यानंतर सांगूनच ठेवलं.

रसगुल्ल्यावर आपला दावा सांगणारी ही आणखी एक गोष्ट! के. पाल चौधरीया नावाचा एक प्रसिद्ध हलवाई होता. राणाघाटाजवळ त्याचं मिठाईचं मोठं दुकान होतं. त्याच्याकडे हराधन नावाचा एक प्रसिद्ध आचारी होता. त्याच्या म्हणण्यानुसार रसगुल्ला हा अपघातानं जन्माला आला आहे. एकदा कुठल्यातरी दुसऱ्या मिठाईसाठी पाक तयार होत असताना त्यामध्ये संदेशसाठी तयार केलेला छेन्याचा गोळा पडला. तिकडे लक्ष न गेल्यामुळे तो शिजून छान वर आला. त्याची चव घेऊन पाहिली असता अतिशय उत्कृष्ट लागली. अशा प्रकारे रसगुल्ला तयार झाला. पुढे विसाव्या शतकात भवानीपूर इथल्या 'चित्तरंजन मिष्ठान्न भंडार'मधल्या हलवायांनी छेन्यापासून वेगवेगळ्या मिठाया बनवायला सुरुवात केली. बंगालमधली मिठाई हळूहळू बनारसपर्यंत पोहोचली. बनारसच्या व्यापाऱ्यांनी नंतर मेहनतीच्या आणि कलाकुसरीच्या कामात निपुण असणाऱ्या बंगाली कारागिरांना घेऊन बंगाली मिठाईला आणखीनच समृद्ध केले. इथेच मग बंगाली मिठायांच्या वेगवेगळ्या प्रकारांचा उदय झाला. संदेश, रसबरी, राजभोग, खीरकदम, छेना मुरकी, रसमलाई, चमचम, छेना पुलाव अशी कितीतरी नावं. अजूनही रोज नवनवीन प्रकार बनारसमध्ये तयार होतात आणि पुढे संपूर्ण भारतभर पोहोचतात.

साधारणपणे १९२५च्या दरम्यान वर्षभर टिकेल असा रसगुल्ला तयार केला गेला आणि टिनमध्ये पॅकबंद झाला. आता जगात कुठेही तुम्ही रसगुल्ला खाऊ शकता. इंग्रजांच्या काळातली अजून एक गोष्ट सांगितली जाते - विल्यम हेरॉल्ड नावाचा एक शेफ भारतात आला होता. तो उत्कृष्ट स्वयंपाक करीत असल्यामुळे

सगळ्या अधिकाऱ्यांना त्याच्याच हातचे पदार्थ आवडत असत. एकदा त्यांनी त्याला रसगुल्ला कसा तयार होतो हे पाहून यायला सांगितलं. त्या वेळी पाककृतींची पुस्तक वगैरे प्रचलित नव्हती. करणाऱ्याकडे बघून, निरिक्षणातूनच पदार्थ तयार करण्याचं ज्ञान मिळत असे. विलीयम महाशय बऱ्याच लोकांकडे रसगुल्ल्याची कृती शिकायला गेले, पण त्यांना यश मिळालं नाही. शेवटी टीनमध्ये पॅक केलेले रसगुल्ले घेऊन ते अमेरिकेत परत गेले.

रसगुल्ल्याच्या वादाप्रमाणेच मिठाईच्या जन्मावरूनचा वादही अजून कायम आहे. अलीकडे, म्हणजे २०१५मध्ये ओडिशा आणि बंगाल या दोन्ही सरकारांनी दावा करण्याऱ्या लोकांकडे भौगोलिक संकेत मागितले आहेत आणि या वादाला नवीन वळण मिळालं आहे. उडिया साहित्यकारांच्या म्हणण्यानुसार 'पूर्णचंद्र भाषाकोश' या उडिया शब्दकोशात गुळाच्या पाकाबरोबर छेन्याची मिठाई बनवल्याचे पुरावे आहेत. उडिया पंडित सूर्यनारायण दास यांच्या साहित्य अकादमी पुरस्कार मिळालेल्या 'उडिया साहित्य का इतिहास' या पुस्तकात 'दंडी रामायण' आणि 'उडिया भोजन' यामध्ये 'युद्धा रसगुल्ल्या'चा उल्लेख आढळतो. त्या काळी ही मंडळी गरम रसगुल्ला खात असत, असं म्हणतात.

रसगुल्ल्याचा मी तयार केलेला 'रसगुल्ला चाट' हा एक वेगळा प्रकार इथे देतोय -

यासाठी ५-६ मोठे रसगुल्ले पिळून कोमट पाण्यात घालावे. नंतर त्यावर घोटलेलं मलईचं दही, कोथिंबीर, बारीक शेव आणि चाट मसाला घालावा. आवडत असल्यास बारीक चिरलेला कांदा घालून सर्व्ह करावे.

गुलाबजाम

बहुतांश भारतीय लोकांमध्ये सणावारांना, लग्नकार्यांत किंवा आनंदाच्या प्रसंगी हमखास केला जाणारा मिठाईचा प्रकार म्हणजे गुलाबजाम! आबालवृद्धांमध्ये लोकप्रिय असलेल्या या पदार्थात आता मात्र नावाप्रमाणे गुलाबही राहिलेले नाहीत आणि जामही नाहीत. इतर अनेक पदार्थांप्रमाणे या पदार्थाच्या चवीमध्ये, रूपामध्ये आणि नावामध्ये स्थळ, काळानुरूप बदल होत गेले आणि आजचा 'गुलाबजाम' हा पदार्थ अस्तित्वात आला.

गुलाबजामचा इतिहास पाहायचा झाला, तर त्याचं मूळ पर्शियन पदार्थ बामिह (Bamieh) याच्याशी जोडलेलं दिसून येतं. यामध्ये मैदा आणि दूध पावडर मिसळून त्याचे चपटे गोळे करतात. ते गोळे तळून किंवा बेक करून ते साखरेच्या आणि केशराच्या पाण्यात बुडवून काढतात. हा पदार्थ भारतात पहिल्यांदा आल्यानंतर त्याच्या करण्याच्या पद्धतीमध्ये आणि नावामध्ये बरेच बदल होऊन त्याचं 'गुलाबजाम' या पदार्थात रूपांतर झालं. भारत त्याला 'गुलाबजामुन' किंवा 'गुलाबजाम' तर नेपाळमध्ये त्याला 'लालमोहन' असं म्हणतात. भारताप्रमाणेच पाकिस्तान, बांग्लादेश, नेपाळ, कतार, श्रीलंका, म्यानमार, मॉरिशस, फिजी, आफ्रिका, त्रिनिदाद, जमैका इत्यादी देशात लोक आवडीनं गुलाबजाम खातात.

गुलाबजाम या नावाविषयी आता थोडी माहिती पाहू. पूर्वी हा पदार्थ तयार करताना दूध आटून ते घट्ट होत आलं, की त्यात गुलाबाच्या पाकळ्या वाटून घातल्या जात. नंतर त्या मिश्रणाला थंड करून त्यामध्ये मक्याचं पीठ किंवा मैदा घालून मिश्रणाचे गोळे बनवत. ते गोळे मंद आचेवर तळून काढत. असे तयार झालेले गोळे नंतर सारखेच्या पाकात बुडवून ठेवत. गोळे पाच-सहा तास पाकात बुडवल्यानंतर ते खायला तयार समजले जात. कालांतरानं यामध्ये बदल होत गेले. दूध आटवून घेण्याऐवजी खवा किंवा दुधाच्या भुकटीचा वापर होऊ लागला. गुलाबाच्या पाकळ्यांऐवजी गुलाबपाण्याचा वापर होऊ लागला. पाकिस्तानी पंजाबमध्ये तर

खव्यामध्ये गुलकंद मिसळून त्याचे गोळे करून ठेवतात. एखाद्याला जर जास्त गोड हवं असेल, तर तयार झालेला हा गुलाबजाम पुन्हा साखरेच्या पाकात बुडवून देतात किंवा कोणी त्यावर पिठीसाखर भुरभुरवतात. अशी ही गुलाबजाम या नावातल्या 'गुलाब' शब्दामागची कहाणी! गुलाबजामुन नावातल्या 'जामुन' या शब्दाबाबत मात्र फार संदर्भ उपलब्ध नाहीत. गुलाबजामुनचा आकार हा जांभळासारखा लंबगोल असतो आणि जांभळाला हिंदी किंवा उर्दू भाषेत 'जामुन' म्हणतात, यावरून याच्या नावात 'जामुन' शब्दाचा समावेष झाला असावा, हा एक तर्क आपण लावू शकतो.

याबद्दलची आणखी एक आख्यायिका सांगितली जाते. मुघलांच्या काळात गुलाबजामुन खारे होते. बादशाहच्या मेजवानीमध्ये हा पदार्थ शाकाहारी मंडळींच्या सन्मानार्थ केला जात असे. एकदा त्याच्या खानसाम्याकडून भाजीत घालण्यासाठी तयार केलेले खव्याचे गोळे चुकून साखरेच्या पाकात पडले. चूक लक्षात आल्यावर त्याने ते बाहेर काढून खाऊन पाहिले असता स्वादिष्ट लागले. त्या वेळी बादशाहकडे पाहुणा म्हणून आलेल्या हैद्राबादच्या निजामाला द्यायला गोड पदार्थ म्हणून खानसाम्यानं हाच गोड पदार्थ गुलाबाच्या पाकळ्यांनी सुशोभित करून दिला. निजामाला हा पदार्थ आवडला आणि तो म्हणाला 'क्या गजब की चीज है। स्वाद में गुलाब है, पर दिखती तो जामुन जैसी!' हे ऐकून त्या खानसाम्यानं या पदार्थाचं नाव 'गुलाब-जामुन' असं सांगितलं.

गुलाबजामुनमध्येही खानसामा मंडळींनी वेगवेगळे प्रयोग करून पाहिलेत. गुलाबाच्या जागी कधी केवडा वापरला, केशर घातलं, वेलची घातली. त्याचबरोबर पदार्थाचं सौंदर्य वाढवण्यासाठी वरून चांदीचा, सोन्याचा वर्ख, त्यावर कधी हिरव्या पिस्त्याचे काप, तर कधी केशराचा टिळा आला आणि गुलाबजाम खऱ्या अर्थानं श्रीमंत पाककृतीच्या पंगतीत जाऊन बसला.

गुलाबजामुनमध्ये अजून एक प्रयोग झाला तो म्हणजे 'कालाजामुन'. कालाजामुन हा नावाप्रमाणे काळसर

आणि आकारानं थोडा मोठा असतो. पाकात बुडवून काढल्यानंतर कालाजामुन कोरडा करून रंगीबेरंगी खोबऱ्याच्या किसानं सजवतात. याचा आकार मोठा असल्यामुळे मधोमध पाक शिरत नसे. त्यावरही आचारी मंडळींनी एक शक्कल लढवली. मिश्रणाचा गोळा तयार करतानाच ते त्याच्या मध्यात साखरफुटाणा ठेवू लागले, जेणेकरून तळताना तो साखरेचा दाणा वितळून आतला भाग गोड होत असे. पुढे यातही बदल होत गेले. काही लोकांनी साखरफुटाण्याबरोबर त्यामध्ये केशराचा रंग किंवा कच्च्या हळदीचा रंग घालून पाहिला, जेणेकरून कालाजामुन आतून नारिंगी किंवा पिवळा होत असे. कालाजामुनचा बाहेरील रंग गडद होण्यासाठी त्याला जास्त वेळ तुपात तळत असत. मात्र असं करताना त्यातला खवा जळून जात असे. यावर उपाय म्हणून बंगाली कारागिरांनी पनीर वापरायला सुरुवात केली. एक वाटी किसलेलं पनीर आणि एक वाटी खवा असं प्रमाण घेऊन त्यात थोडा आरारोट मिसळून, मिश्रण एकजीव करून त्याचे गोळे बनवत. हे गोळे तळल्यानंतर लगेच पाकात न घालता पाच-सात मिनिटं बाहेर ठेवून मग पाकात घालत. याचं कारण म्हणजे तळलेला कालाजामुन लगेच पाकात घातला, तर त्यात पाक शोषला जाऊन जामुन आवळला जातो आणि तो मुलायम न राहता कडक होतो. हाच प्रकार गुलाबजामच्या बाबतीतसुद्धा घडतो. गुलाबजाम तळताना अजून एक काळजी घ्यावी. गरम तुपात गुलाबजाम तळताना ते झाऱ्यानं वरून सतत हलवत राहावे. यामुळे गोळे आतल्या आत फिरून एकसारख्या रंगात तळले जातात.

आता तर गुलाबजाम तयार करण्यासाठी खवा किंवा आटवलेल्या दुधाची गरज लागत नाही. गुलाबजाम करण्याची आधुनिक पद्धत म्हणजे 'गुलाबजाम मिक्स'! त्यामुळे गुलाबजाम तयार करणं अतिशय सोपं झालं आहे. मेजवानीत गरम गुलाबजामबरोबर थंड व्हॅनिला आइसक्रीम खाण्याची नवीन पद्धतही सुरू झाली आहे. काही ठिकाणी केक तयार करताना आतमध्ये सुके गुलाबजाम ठेवतात. त्यामुळे केक कापल्यावर त्यामध्ये रसरशीत गुलाबजाम मिळतो. तर असं आहे हे गुलाबजाम पुराण!

सोहन हलवा

सोहन हलवा हा विशिष्ट पद्धतीच्या हलव्याचा प्रकार आहे. हलवा म्हटल्यावर फार पातळ नाही, फार दाट नाही असा शिऱ्यासारखा प्रकार आपल्याला अभिप्रेत असतो. पण सोहन हलवा चक्क वडीच्या रूपात आणि तोही केशरी, पिवळा, लाल, हिरवा अशा विविध रंगांत येतो. रंगानुसार याचा स्वादसुद्धा थोडासा बदलतो. यावर भरपूर सुकामेवा घातलेला असतो.

लहानपणी मला या मिठाईच्या प्रकाराचं अप्रूप होतं. आमच्या घरासमोर मोतीरामजी त्रिवेदी यांचं 'गुजरात हॉटेल' नावाचं रेस्टॉरंट होतं. त्याचे मालक स्वभावानं खूप प्रेमळ होते. आम्ही शाळेतून येता-जाता दिसलो, की ते आपुलकीनं चौकशी करत. 'परीक्षेत चांगले गुण मिळवले, तर सोहन हलवा खाऊ घालेन,' असं आश्वासन देत. त्या सोहन हलव्याची स्वप्न बघतच आमची परीक्षा पार पडे. एकदा मोतीरामकाकांनी परीक्षेनंतर सीताबर्डी मेनरोडवरच्या विश्रांतीगृहात सामोसा आणि सोहन हलवा खाऊ घातला होता. तो हलवा खाताना मनात मात्र हा कसा तयार करत असतील याचाच विचार सुरू होता. घरी आल्यावर आईला सांगितलं, की या वेळी सत्यनारायणाच्या पूजेला शिरा नाही तर सोहन हलवा कर! तिला बिचारीला सोहन हलवा माहीत नव्हता. त्यामुळे आमच्या घरी कधीही सोहन हलवा झालाच नाही. पण सोहन हलव्याविषयीचं माझं आकर्षण काही कमी झालं नाही.

शोजच्या निमित्ताने आखाती देशांत जाण्याचा योग आला. तिथे मला बऱ्याच प्रकारच्या सोहन हलव्यांची चव चाखायला मिळाली. सोहन हलवा हा अफगाणिस्तान, इराण, पाकिस्तान आणि भारत अशा सगळ्याच ठिकाणी पारंपरिक गोडाचा प्रकार म्हणून प्रचलित आहे. हा मूळचा भारतातला. पूर्वी याला 'घी वाला हलवा' असं लोकप्रिय नाव होतं. नावाप्रमाणे यामध्ये तुपाचा वापर जास्त प्रमाणात केला जायचा. मुलतान हे संपूर्ण शहर सोहन हलव्यासाठी प्रसिद्ध होतं. कदाचित हा तिथल्या हवा-पाण्याचा परिणाम असावा. ज्याप्रमाणे सोनपापडी ही भारतात

फक्त नागपूरमध्ये उत्कृष्ट पद्धतीची होते, इतरत्र नाही. याचं कारणही नागपूरमधली भौगोलिक परिस्थिती, पाणी आणि वातावरण. सोनपापडी करणारे नागपूरमधले कारागीर आणि सोनपापडीसाठी लागणारं साहित्य असं सगळं घेऊन मी नागपूरपासून ४०० किमी दूर दुसऱ्या शहरात सोनपापडी तयार केली; पण जी मजा नागपूरच्या पाण्यात, वातावरणात बनविलेल्या सोनपापडीत होती, ती मजा काही तिकडे आली नाही. सोहन हलव्याच्या बाबतीतही हेच लागू होत असावं.

सोहन हलवा हा बरेच दिवस फ्रीजशिवाय राहू शकतो. स्वादासाठी यामध्ये केशर, केवडा, खस इत्यादींचा वापर करतात. मुलतान येथील कैसराबादजवळ 'हाफीज सोहन हलवा' नावाचं मिठाईचं दुकान प्रसिद्ध आहे. त्यांच्या म्हणण्यानुसार त्यांचे पूर्वज दिवाण सावंतमल यांनी १७५०च्या आसपास हा हलवा सर्वप्रथम तयार केला. इतर अनेक पदार्थांप्रमाणे सोहन हलवा अनेक देशांत करतात. त्यामुळे तो नक्की कोणी आणि कुठे पहिल्यांदा केला, त्याचं स्वरूप काय होतं याबद्दलची ठोस माहिती उपलब्ध नाही. असंही म्हणतात की, प्रारंभी इराणी लोक सार्वजनिक समारंभांत अशा प्रकारची मिठाई बनवत असत. अब्दुल खलील साहेब यांच्या म्हणण्यानुसार सोळाव्या शतकात हुमायूँच्या काळात हा हलवा बनविण्यासाठी पर्शियामधून काही कारागीर भारतात आले होते. जुन्या दिल्लीतसुद्धा 'शाही हलवा सोहन मर्चंट' हे दुकान पारंपरिक सोहन हलव्यासाठी प्रसिद्ध आहे. तसंच, २२५ वर्षांची परंपरा असलेलं 'घंटीवाला स्वीट शॉप' हे शाह अल्लम ईल याच्या कारकीर्दीत काढलेलं दुकानंही अजून अस्तित्वात आहे.

उर्दू कवी आणि इतिहासकार शाकीर हुसैन शाकीर

यांच्या म्हणण्यानुसार पूर्वी मुलगी सासरी जाताना तिला विविध प्रकारचे सोहन हलवे बांधून बरोबर देत असत. टिकणारा पदार्थ, शिवाय माहेरची आठवण तिच्याकडे राहील हा त्यामागचा उद्देश. आणखीही एक आख्यायिका सोहन हलव्याबाबत सांगितली जाते - दिल्लीजवळ सोहन नावाचा एक हलवाई होता. एकदा त्यानं दुधापासून मिठाई तयार करण्यासाठी दूध तापवलं. त्यात थोडी साखर, तूप आणि मक्याचा मैदा (कॉर्नफ्लोअर) घालून घोटलं. हळूहळू त्यातलं तूप बाजूला निघालं. मग त्यानं ते सगळं एका ताटात काढून ठेवलं. थोड्या वेळानं पाहिलं तर तो लुसलुशीत हलवा घट्ट झाला होता. असा हलवा लोकांमध्ये वाटला, तर हसं होईल या विचारानं त्यानं या हलव्याच्या चक्क वड्या कापल्या. वर बदाम-पिस्त्याचे काप लावून त्याला नाव दिलं सोहन हलवा! आणि अशा प्रकारे भारतात सोहन हलवा पहिल्यांदा तयार झाला. हाच हलवा त्यानं पुढे दिवाण सावंतमल यांनाही दिला. पुढे त्यानं या मिठाईत आणखी बदल, सुधारणा केल्या. त्यावर नवनवीन प्रयोग करून विविध चवीचे सोहन हलवे बाजारात आणले.

सोहन हलवा करण्यासाठी १ वाटी कॉर्नस्टार्च २ वाट्या तुपात मंद आचेवर चांगले परतून घेतात. नंतर यात अर्धी वाटी साखर, रंग आणि १ वाटी पाणी घालून मिश्रण चांगलं शिजवून घेतात आणि ते जाळीच्या ट्रेमध्ये काढून घेतात. त्यावर आवडीनुसार काजू-बदामाचे तुकडे पसरवून थंड झाल्यावर त्याच्या वड्या कापून खायला देतात.

असा हा सोहन हलवा पुढेपुढे अजूनच आकर्षक होत गेला. आता तर पापुद्र्यांचा सोहन हलवासुद्धा बाराजात मिळतो. या पापुद्र्यांमध्ये सोन्याचा किंवा चांदीचा वर्ख घालून त्याला सजवल्यानं सोहन हलव्याची शान आणखीनच वाढली आहे.

डेझर्ट्स

चॉकलेट

'असावा सुंदर चॉकलेटचा बंगला, चंदेरी सोनेरी चमचमता चांगला!' लहानपणी ऐकलेल्या या गाण्याची गंमत आणि नवलाई अजूनही तशीच टिकून आहे. गेल्या काही वर्षांपासून चॉकलेट हे आपल्या जीवनसंस्कृतीचा भाग बनून गेलं आहे. चॉकलेट आणि लहान मुलं हे समीकरण तर खासच आहे. आपलं आयुष्यही चॉकलेटप्रमाणे थोडंसं कडू आणि थोडंसं गोड, वरवर कठीण पण प्रत्यक्षात सहज विरघळून जाणारं असंच असतं, नाही का?

केक्स, कुकीज, पेस्ट्रीज आणि पाईज यांच्या उत्पादनात आणि त्या पदार्थांच्या फिनिशिंगसाठी कोको आणि चॉकलेट यांचा मोठ्या प्रमाणावर वापर करतात. बेकरी उत्पादनातल्या विविध प्रकारांना वैशिष्ट्यपूर्ण स्वाद आणि रंग आणण्यासाठी, तसंच केकचं मिश्रण आणि आयसिंग यांमध्येही एक महत्त्वाचा दुवा म्हणून चॉकलेटचा वापर करतात.

कोकोच्या बियांवर एक विशिष्ट प्रकारची प्रक्रिया करून चॉकलेट तयार केलं जातं. कोकोचा शोध सर्वप्रथम मेक्सिकन लोकांनी लावला. कोकोचं झाड सर्वसाधारण ४ ते ७ मीटर उंचीचं असतं. कोकोच्या उत्पादनासाठी साधारणपणे

कोरडी जमीन लागते. कोकोचं उत्पादन उष्णकटिबंधीय आणि भरपूर पाऊस पडणाऱ्या प्रदेशांत चांगल्या प्रकारे होतं. त्यामुळे घाना, ब्राझील, मेक्सिको, न्यू गिनी, फिलिपाईन्स, व्हेनेझुएला, सिलोन, इंडोनेशिया, मलेशिया इत्यादी देशांत कोकोचं उत्पादन भरपूर प्रमाणात दिसून येतं.

कोकोच्या फळाचा आकार हा साधारण पपईच्या फळासारखा असतो. यात ६० ते ७० बिया असतात. या बिया धुऊन वाळवतात आणि त्यावरचं फायबर काढून नंतर त्या विशिष्ट प्रकारे आंबवून आणि भाजून घेतात. यामुळे बियांना विशिष्ट रंग, गंध आणि स्वाद येतो.

यानंतर या बिया पुढल्या प्रक्रियेसाठी प्रक्रिया केंद्रावर पाठवतात. तिथे त्या विशिष्ट प्रकारे भाजतात. त्यामुळे त्याचा स्वाद, रंग, गंध यांत आणखी सुधारणा होते. थंड झाल्यावर या बिया रोलर मिलमध्ये टाकतात. यामुळे त्यांचं वरचं कवच वेगळं होतं. मग या बिया दळून त्यांचा लगदा करतात. त्याला चॉकलेट लिकर म्हणतात.

चॉकलेट लिकरमध्ये ५४% स्निग्धांश असतो. फिल्टर प्रेसमध्ये द्रवरूप कोको लिकरवर प्रक्रिया करून स्निग्धांश वेगळा करतात. गोड चॉकलेटच्या आवरणासाठी त्याचा वापर करतात. उर्वरित कोरडा भाग दळून कोको पावडर तयार करतात.

डच पद्धतीनं केलेला कोको

विशिष्ट डच पद्धत वापरून नैसर्गिक कोकोपासून डच कोको तयार करतात. कोको बियांवर अल्कलीची प्रक्रिया करतात. अर्धवट भाजलेल्या कोको बियांमध्ये अल्कलीचा द्रव (सामान्यतः सोडियम बायकार्बोनेट) घालतात. यातल्या जास्त पाण्याचं बाष्पीभवन घडवून आणतात. नंतर या कोको बियांवर प्रक्रिया करून नैसर्गिक कोको तयार करतात. डच प्रक्रियेमुळे कोकोचा रंग गडद होतो. स्वादामध्येही बदल होतो. शिवाय द्रवपदार्थांत विरघळून जाण्याचा गुणधर्म सुधारतो. अल्कली प्रक्रियेमुळे कोकोचं नैसर्गिक आम्ल कमी होतं. कारण अल्कलीमुळे काही प्रमाणात आम्ल उदासीन होतात. एक मात्र खरं, की डच पद्धतीमुळे कोकोचा रंग गडद होतो. शिवाय त्यांतला कडवटपणाही कमी होतो.

डच कोको आणि नैसर्गिक कोको यांमधला फरक कसा ओळखाल?

प्रत्येक नमुन्याचा सुमारे २५ ग्रॅम कोको, एक चमचा बेकिंग पावडर आणि २०० मि.ली. पाणी घेऊन दोन वेगवेगळी द्रावणं बनवावीत आणि ती हलवावीत. नैसर्गिक कोकोचं द्रावण फेसाळतं आणि ते काळं होतं. पण डच कोकोचं द्रावण फेसाळत नाही. फारसं काळपटही होत नाही. या पद्धतीनं दोन प्रकारच्या कोकोंमधला फरक जाणून घेता येईल आणि त्यानुसार त्यांचा योग्य वापर करता येईल.

डच कोको आणि नैसर्गिक कोको यांमधला फरक ओळखण्यासाठी रंग परीक्षणाच्या पद्धतीचाही अवलंब केला जातो. डच प्रक्रिया केलेला कोको अल्कलीमुळे गडद रंगाचा झालेला असतो. त्यामुळे १ चमचा आम्ल (क्रीम ऑफ टार्टर) डच कोकोच्या द्रावणांत टाकलं, तर त्याचा रंग फिकट होतो. मात्र तेच आम्ल जर नैसर्गिक कोकोच्या द्रावणात टाकलं, तर रंगात फारसा फरक होत नाही. चॉकलेट केकचा रंग, वास आणि स्वाद यांवर लेव्हनिंग एजंट्सचा होणारा परिणाम स्पष्टपणे दिसून येतो.

नैसर्गिक कोको

याला 'ब्रेकफास्टचा कोको' असंही म्हणतात. त्याचं पीएच (pH) मूल्य ४ ते ५ पर्यंत असतं. म्हणजेच त्याच्यामध्ये आम्ल गुणधर्म जास्त प्रमाणात असतात. त्यामुळे मिश्रणसूत्रात किण्वीकारक बेकिंग सोड्याची मात्रा डच कोकोपेक्षाही जास्त वापरावी लागते. डच कोको तीव्र नसतो. त्याचं पीएच (pH) मूल्य ६ ते ८.८ यादरम्यान असतं. म्हणजेच त्यात अल्कली गुणधर्म जास्त असतात. या कोकोचा वापर करताना बेकिंग सोड्याची मात्रा कमी लागते. पण बेकिंग पावडर मात्र जास्त लागते. केकच्या प्रकारानुसार लेव्हनिंग एजंटबाबतीत योग्य तो बदल करता यावा म्हणून केकच्या मिश्रणात वापरावयाच्या कोकोचा प्रकार माहीत असला पाहिजे. जर कोकोचा रंग महोगनी अथवा लालसर तपकिरी झाला, तर त्याचा अर्थ अगदी जास्त सोडा वापरला गेला आहे, असा होतो. त्यामुळे केकला सोड्याची अथवा साबणासारखीच चव येते. म्हणून सोड्याचा वापर केक मिश्रणात योग्य प्रमाणातच करावा लागतो. केक फिकट तपकिरी किंवा दालचिनी रंगाचा झाला, तर त्यात कमी सोडा पडला असं अनुमान निघतं. अशा मिश्रणात सोड्याचं प्रमाण किंचित वाढवावं लागतं.

तसं पाहिलं तर कोको पावडरचा स्वाद मुळात अतिशय कडवट असतो. यामध्ये कोको बटर घालून तो कडवट स्वाद सौम्य करतात. कोको पावडरपासूनच चॉकलेटची निर्मिती केली जाते. चॉकलेट हा मूळ स्पॅनिश शब्द आहे असं म्हणतात. कोको या झाडाचा शोध साधारण २००० वर्षांपूर्वी अमेरिका खंडात लागला. चॉकलेट बनवण्याचा प्रथम मान मेक्सिकन आणि मध्य अमेरिकन लोकांना आहे. अगदी सुरुवातीच्या काळात कोकोच्या बियांचं पेय बनवत असत. बियांच्या बाजूच्या पांढऱ्या मऊसर भागाची वाईनसुद्धा बनवली जात असे. असं म्हणतात की, जेव्हा मेक्सिकोवर स्पेनचं राज्य होतं, तेव्हा (साधारण इसवी सन १५२८च्या सुमारास) स्पेनच्या लोकांनी मेक्सिकोतून मोठ्या प्रमाणात कोकोच्या बिया आणि चॉकलेट बनविणारी यंत्रसामग्री स्पेनला नेली. त्यानंतरच्या काही काळात लिक्विड चॉकलेट हे तिथल्या श्रीमंत लोकांचं फॅशनेबल ड्रिंक म्हणून प्रसिद्ध झालं.

यानंतर इटलीच्या एका माणसानं स्पेनचा हा चॉकलेटमधला एकाधिकार संपवला. अमेरिकेतल्या काही 'नेटिव्ह इंडियन' लोकांना चॉकलेट बनवताना त्यानं पाहिलं आणि त्यातल्या काही लोकांना त्यानं चक्क आपल्याबरोबर इटलीला नेलं. अशा तऱ्हेनं इसवी सन १६०५-०६च्या सुमारास इटलीमध्येसुद्धा चॉकलेट प्रसिद्ध झालं. इकडे फ्रान्समध्ये १६१५मध्ये पहिल्यांदा ड्रिंकिंग चॉकलेटचा स्वाद चाखला गेला. इंग्लंडमध्ये मात्र चॉकलेट यायला १६५० वर्ष उजाडावं लागलं.

...आणि चॉकलेट गोड झालं!

तुम्हाला वाचून गंमत वाटेल, पण चॉकलेट सुरुवातीला चक्क तिखट होतं. अमेरिकन लोक कोकोच्या बिया वाटून, त्यात वेगवेगळ्या प्रकारचे मसाले घालून चॉकलेटपासून तिखट असं पेय बनवायचे. या चॉकलेटला गोड बनवण्याचं काम युरोपनं केलं. त्यांनी चॉकलेटचा हा तिखट स्वाद काढून त्यात दूध आणि साखर घालून गोड चॉकलेटी पेय बनवलं. यानंतरच खऱ्या अर्थानं चॉकलेटचा प्रसार होऊ लागला. चॉकलेटला पिण्यायोग्य आणि खाण्यायोग्य करण्याचं कामसुद्धा युरोपनंच केलं. त्यासाठी त्यांनी त्यावर वेगवेगळे प्रयोग केले. चॉकलेटबरोबर वेगवेगळे पदार्थ वापरून पाहून कोणतं कॉम्बिनेशन लोकांना आवडेल याचा अभ्यास केला आणि तशा प्रकारचं चॉकलेटचं उत्पादन केलं.

एक डॉक्टर महाशय होते. त्यांचं नाव डॉ. हॅन्स स्लो. ते दक्षिण अमेरिकेच्या दौऱ्यावर आले असताना त्यांना चॉकलेट चाखायला मिळालं आणि त्यांना ते अतिशय आवडलं. चॉकलेट प्यायल्यानंतर एक वेगळ्या प्रकारचा उत्साह त्यांना जाणवला. पण हे द्रव स्वरूपात असल्यामुळे याचा प्रचार कमी प्रमाणात होत असावा, असं त्यांना वाटलं. या महाशयांनी पहिलं घनरूप चॉकलेट तयार केलं आणि यानंतर निर्माण झाली 'कॅडबरी मिल्क चॉकलेट कंपनी'! मग १८२४मध्ये जॉन कॅडबरी यानं आपल्या भावाबरोबर बर्मिंगहम इथे 'कॅडबरी ब्रदर्स' नावाची कंपनी सुरू केली. पुढे १८५४मध्ये लंडनमध्ये याची दुसरी शाखा सुरू झाली. गमतीचा भाग असा की, जॉन बंधू सुरुवातीला चहा, कॉफी, दूध असे पदार्थ विकत असत. नंतर ते चौथा पर्याय म्हणून ड्रिंकिंग चॉकलेट विकू लागले. कॅडबरी बंधूंनी जणू काही 'चॉकलेट क्रांती'च घडवून आणली. पुढे १९०५मध्ये 'कॅडबरी डेअरी मिल्क बार'चा जन्म झाला. यातही मिल्क क्रीम (१९२०), येलो एग्ज् (१९२३), क्रंची (१९२९), गुलाब (१९३८) असे वेगवेगळे स्वाद आले.

चॉकलेटचे मुख्य प्रकार

चॉकलेटचे मुख्य प्रकार साधारणपणे खालीलप्रमाणे असतात :

१. **डार्क चॉकलेट :** यामध्ये साखर, कोको-बटर, कोको-लिकर आणि कधीकधी व्हॅनिला यांचा उपयोग करतात.
२. **मिल्क चॉकलेट :** यामध्ये साखर, कोको-बटर, कोको-लिकर, दूध किंवा मिल्क पावडर आणि व्हॅनिला याचा उपयोग करतात.
३. **व्हाइट चॉकलेट :** यात साखर कोको-बटर, दूध, मिल्क फॅट आणि व्हॅनिला याचा वापर करतात.

कोको बटर

कोको बटर म्हणजे कोको बियांपासून मिळणारं एक प्रकारचं नैसर्गिक तेल आहे. त्याला थिओब्रोम (Theobrome) असं म्हणतात. कोको बटरचा रंग फिकट पिवळा असतो. याचा वापर चॉकलेट तयार करताना करतात. त्यामुळे चॉकलेट मऊसर तर होतंच, शिवाय त्याला एक छान सुगंध येतो. कोको बटरचा उपयोग

व्हाईट चॉकलेट तयार करतानासुद्धा मोठ्या प्रमाणात करतात. याचा द्रवणांक आपल्या शरीराच्या तापमानापेक्षा थोडा कमी असतो. त्यामुळेच बाहेर असताना चॉकलेट व्यवस्थित असतं, पण तोंडात घातल्याबरोबर वितळून जातं. कोको बटरचा उपयोग चॉकलेटशिवायही बऱ्याच ठिकाणी केला जातो. फेस क्रीम, लिपस्टिक, मॉइस्चरायझर अशा प्रकारच्या कित्येक सौंदर्य प्रसाधनांमध्ये याचा वापर करतात.

दुसऱ्या महायुद्धाच्या वेळी सैनिकांना जेवणाचा भाग म्हणूनही चॉकलेट दिलं जात असे, अशी नोंद आहे. त्या वेळी युद्धाच्या दरम्यान चॉकलेटच्या वापरावर सरकारी बंधनं होती. १९४९-५० नंतर कॅडबरीनं पुन्हा नव्यानं चॉकलेट कारखान्यांची सुरुवात केली.

जसं आपल्याकडे सणावाराला किंवा आनंदाच्या प्रसंगी गोडाधोडाचं देण्याची पद्धत आहे, तसंच युरोपीय देशांमध्ये चॉकलेट देण्याची पद्धत आहे. बर्फी-पेढ्यासारख्या मिठाईला जसं आपल्या संस्कृतीत वेगळं स्थान आहे, तसंच युरोपीय देशांत वेगवेगळ्या प्रसंगी दिल्या जाणाऱ्या चॉकलेटला महत्त्व आहे.

कालांतरानं, इतर जिन्नस चॉकलेटच्या बरोबरीनं वापरून वेगवेगळ्या प्रकारचे नवीन पदार्थ तयार झाले; उदाहरणार्थ, शेंगदाणे, काजू, किसमीस, मनुका, बेदाणे, अक्रोड, बदाम. एवढंच नाही, तर चॉकलेटच्या मधोमध लिकर भरून तयार केलेलं चॉकलेटसुद्धा उपलब्ध आहे. आइसक्रीममध्ये चॉकलेट आइसक्रीमलाही बरीच लोकप्रियता लाभली आहे.

काही ब्रँडेड चॉकलेटमधील पोषक घटकद्रव्यं खालीलप्रमाणे :

घटक	कोको - कमी स्निग्धांश (युरोपीय प्रकार)	कोको - जास्त स्निग्धांश (न्याहारीसाठी)	अगोड चॉकलेट	कडू-गोड चॉकलेट	कमी गोड चॉकलेट आणि बेकिंग चॉकलेट
स्निग्धांश	१०-१५%	२०-२५%	४५-५५%	३३-४५%	२०-३५%
कर्बोदके	४५-६०%	४५-६०%	३०-३५%	२०-५०%	५०-७०%
शर्करा	०-२%	०-२%	०-२%	१३-४५%	४५-६५%
पोषक तंतुमय पदार्थ	२०-३५%	३०-३५%	१५-२०%	५-८%	३-८%

घटक	कोको - कमी स्निग्धांश (युरोपीय प्रकार)	कोको - जास्त स्निग्धांश (न्याहारीसाठी)	अगोड चॉकलेट	कडू-गोड चॉकलेट	कमी गोड चॉकलेट आणि बेकिंग चॉकलेट
प्रथिने	१७-२२%	१५-२०%	१०-१५%	५-१०%	३-८%
उष्मांक प्रति औंस	६०	९०	१४०-१५०	१५०-१६०	१३०-१६०
उष्मांक प्रति १०० ग्रॅम	२००	३००	४७०-५००	५००-५५०	४५०-५५०

कॉफी आणि चहा यांच्या तुलनेत कोकोमध्ये कॅफिनचं प्रमाण अतिशय कमी असतं. तसंच यामध्ये ए, बी-१, बी-२, बी-३, सी आणि ई व्हिटामिन असतात.

हल्ली बाजारात कोको पावडरबरोबरच डार्क चॉकलेट, मिल्क चॉकलेट अशी विविध प्रकारची चॉकलेट्स सहज उपलब्ध असतात. त्यामध्ये आपल्या आवडीप्रमाणे सुकामेवा आणि इतर पदार्थ वापरून वेगवेगळं मिश्रण करून चॉकलेट तयार करता येतं. सध्या लोकप्रिय असलेला चॉकलेटचा बुके हासुद्धा वेगळ्या पद्धतीनं करू शकतो. चॉकलेटचा बुके करताना साधारणपणे नैसर्गिक फुलांच्या बरोबरीनं चॉकलेटची फुलं करून लावली जातात. पण तसं न करता माझ्या मते चॉकलेटचा बुके असा असावा, की जो पूर्णपणे खाता येऊ शकेल. यामध्ये चॉकलेटचा डोंगर, त्यावर आलेली फुलं, साखरेच्या कॅरॅमलचं झाड, चॉकलेट ग्रॅन्युअल्सचे केलेले छोटे दगड-धोंडे इत्यादीचा वापर कल्पकतेनं करता येऊ शकतो.

चला, आता चॉकलेटच्या काही पाककृती पाहू या :

चॉकलेट शंकरपाळे

साहित्य : कोको पावडर अर्धी वाटी, मिल्क पावडर अर्धी वाटी, मैदा १ वाटी, पिठीसाखर अर्धी वाटी, सॉल्टेड बटर २ चमचे, बेकिंग पावडर अर्धा चमचा, दूध अर्धी वाटी, तेल पाव वाटी

कृती : मैदा, कोको पावडर, पिठीसाखर, मिल्क पावडर आणि बेकिंग पावडर एकत्र करून मिश्रण चाळून घ्यावं. यात सॉल्टेड बटर आणि थोडं दूध घालून मिश्रण

भिजवावं. नंतर त्याची पोळी लाटावी. पोळीवर मध्ये तेल लावून, त्यावर थोडा मैदा भुरभरवून घडी करून परत लाटावी. नंतर याचे हव्या त्या आकारात शंकरपाळे कापून मंद आचेवर तळावे.

चॉकलेट लॉलिपॉप

साहित्य : कोको पावडर अर्धी वाटी, मिल्क पावडर अर्धी वाटी, पोळ्या ५ नग, कोको बटर ३ चमचे, साखर पाव वाटी, भाजून जाडसर भरडलेले काजू अर्धी वाटी, मीठ चवीप्रमाणे, आइसक्रीमच्या लांब काड्या

कृती : सर्व प्रथम बटर आणि साखर एकत्र करून घ्यावं. त्यामध्ये कोको पावडर, मिल्क पावडर घालून मिश्रण पातळ होईस्तोवर गरम करावं. मिक्सरवर पोळ्यांचा बारीक चुरा करून त्यामध्ये पिठीसाखर, मिल्क पावडर व काजूचे तुकडे घालावे. त्यावर दुधाचा हबका मारून त्याचे आइसक्रीमच्या काड्यांवर लॉलिपॉपसारखे चपटे गोळे करून लावावे. फ्रीजमध्ये ठेवून पाच मिनिटं थंड करावे. नंतर कोको मिश्रणामध्ये बुडवून काजूच्या तुकड्यांवर घोळवावे. थंड करून खायला द्यावे.

चॉकलेट लाडू

साहित्य : पोळ्या ८-१० नग, बदाम-पिस्त्याचे तुकडे १ वाटी, गूळ अर्धी वाटी, चॉकलेट ग्रॅन्युअल्स १ वाटी, चॉकलेटचे मोठे बार २ नग, तूप ४ चमचे, चॉकलेट सॉस

कृती : पोळ्या मिक्सरमध्ये बारीक करून घ्याव्या. त्यामध्ये गूळ, तूप, बदाम-पिस्त्याचे काप घालून मिश्रण एकत्र करावं. सर्वात शेवटी त्यात चॉकलेट ग्रॅन्युअल्स घालून त्याचे छोटे-छोटे लाडू वळावे. चॉकलेट सॉस थोडा कोमट करून त्यामध्ये हे लाडू बुडवून घ्यावे आणि साखरेवर घोळवावे. फ्रीजमध्ये ठेवून थंड करून खायला द्यावे.

४. चॉकलेट पुडिंग

साहित्य : कोको पावडर १ कप, साखर पाव कप, अंडं १ नग, कॉर्नस्टार्च २ चमचे, मीठ चवीप्रमाणे, दूध २ कप, चॉकलेट चिप्स पाव वाटी, फ्रेश क्रीम १ कप, किसलेले चॉकलेट पाव वाटी

कृती : सर्व प्रथम साखर, कोको पावडर, अंडं, कॉर्नस्टार्च, मीठ एकत्र करून त्यात दूध घालावं. नंतर डबल बॉयलिंग पद्धतीनं मिश्रण गरम करावं. गरम करतानाच त्यामध्ये चॉकलेट चिप्स घालावे. त्यानंतर हे मिश्रण थोडं थंड झाल्यावर त्यामध्ये फ्रेश क्रीम घालावं आणि एकत्र करून एका भांड्यामध्ये सेट होण्याकरिता ठेवावं. फ्रीजमध्ये तासभर ठेवावं. नंतर सर्व्ह करतेवेळी किसलेलं चॉकलेट वरून घालावं.

चॉकलेट आइसक्रीम सिझलर

साहित्य : चॉकलेट ब्राउनीचा पातळ तुकडा १ नग, अननस स्लाइस १ नग, बदाम-काजूचे तुकडे ४ चमचे, चॉकलेट सॉस १ कप, व्हॅनिला आइसक्रीम १ स्कूप, सिझलर प्लेट १ नग

कृती : सिझलर प्लेट चांगली गरम करून घ्यावी. त्यावर प्रथम अननसाचा तुकडा ठेवावा. त्यावर चॉकलेट ब्राउनीचा तुकडा ठेवून वर आइसक्रीम घालावं. वरून बदाम-पिस्त्याचे काप घालावे आणि चॉकलेट सॉस घालून सर्व्ह करावं.

चॉकलेट ब्राउनी

साहित्य : मैदा अर्धा कप, कोको पावडर पाव कप, बेकिंग पावडर पाव चमचा, मीठ पाव चमचा, साखर १ कप, बटर किंवा मार्गारिन अर्धा कप, अंडी २

कृती : ओव्हन ३५० डिग्री फॅहरनहीटवर गरम करून घ्यावा. ९ इंचांचा बेकिंग ट्रे ग्रीस करून घ्यावा. बटरमध्ये साखर, अंडी मिसळून मिश्रण चांगल्या प्रकारे एकत्र करावं. नंतर मैदा, कोको पावडर, बेकिंग पावडर आणि मीठ एकत्र करून चाळून घ्यावं. यात वर तयार केलेलं मिश्रण मिसळावं. तयार झालेलं मिश्रण बेकिंग ट्रेमध्ये घालून १८० डिग्री फॅहरनहीटवर २५ मिनिटं बेक करावं.

चॉकलेट आप्पम

साहित्य : ड्रिंकिंग चॉकलेट अर्धी वाटी, मैदा अर्धी वाटी, कॉर्नस्टार्च २ चमचे, कॉफी पावडर १ चमचा, मिल्क पावडर १ चमचा, फ्रुट सॉल्ट १ चमचा, मोठी कॅडबरी २ नग, बदाम-पिस्ते अर्धी वाटी, मध २ चमचे, आइसक्रीम १ स्कूप, व्हेजिटेबल ऑईल १ चमचा, केळी १ नग

कृती : ड्रिंकिंग चॉकलेट, मिल्क पावडर, मैदा, कॉर्नस्टार्च एकजीव करून घ्यावं. त्यामध्ये व्हेजिटेबल ऑईल, मीठ आणि फ्रुट सॉल्ट घालावं. हे मिश्रण आप्पम पात्रामध्ये घालून आप्पम बनवून घ्यावे. सर्व्ह करतेवेळी त्यावर केळीचे स्लाईस आणि कॅडबरी चॉकलेट घालावं. वरून आइसक्रीम, बदाम-पिस्त्याचे काप आणि मध घालून सर्व्ह करावं.

चॉकलेट डोसा

साहित्य : मैदा दीड वाटी, कोको पावडर अर्धी वाटी, साखर अर्धी वाटी, बेकिंग पावडर अर्धा चमचा, मीठ चवीप्रमाणे, आइसक्रीम स्लॅब १, व्हेजिटेबल ऑईल १ चमचा, चॉकलेट ग्रॅन्युअल्स किंवा सुकामेवा २ चमचे, मध १ चमचा, बटर १ चमचा, सर्व्हिंगसाठी मध किंवा चॉकलेट सॉस

कृती : सर्वप्रथम मैदा, कोको पावडर, बेकिंग पावडर, तेल, साखर आणि मीठ एकत्र करून दुधात भिजवून घ्यावं. डोशाच्या पिठाइतपत पीठ तयार करावं. नंतर नॉनस्टिक तव्यावर या मिश्रणाचा व्यवस्थित डोसा बनवावा. वरून थोडं बटर घालावं. डोसा कडक झाल्यावर प्लेटमध्ये काढून मधोमध आइसक्रीमची स्लॅब ठेवावी. त्यावर चॉकलेट ग्रॅन्युअल्स/सुकामेवा घालून मसाला डोशाप्रमाणे त्याचा रोल करावा. वरून मध किंवा चॉकलेट सॉस घालून लगेच सर्व्ह करावा.

चॉकलेट करंजी

साहित्य : कणीक २ वाट्या, बेकिंग पावडर १ चमचा, मीठ चवीनुसार, दूध पाव वाटी, खोबऱ्याचं सारण, मोठी कॅडबरी १ नग, तेल १ चमचा

कृती : सर्वप्रथम कणकेत मीठ, बेकिंग पावडर आणि तेल घालून मळून घ्यावं. नंतर त्याची मोठी पोळी लाटून त्यावर साटा (खोबऱ्याचं सारण) पसरवावा आणि बुक-फोल्ड पद्धतीनं चौकोनी घडी करावी. नंतर त्याला फ्रीजमध्ये कमीत कमी अर्धा तास ठेवावी. पुन्हा याची चौकोनी पोळी लाटून त्यावर कॅडबरी किसून घालावी. त्यावर तशीच दुसरी पोळी ठेवून साच्याने कापून घ्यावी. प्रीहीटेड ओव्हनमध्ये १३० डिग्रीवर बेक करावी.

चॉकलेट बर्फी

साहित्य : कोको पावडर अर्धी वाटी, पांढरा खवा २ वाट्या, पिठीसाखर दीड वाटी, मिल्क पावडर अर्धी वाटी

कृती : सर्वप्रथम खवा भाजून त्यामध्ये कोको पावडर मिसळून मिश्रण थंड करावं. नंतर यात मिल्क पावडर व पिठीसाखर घालून एकत्र करावं. साच्यामध्ये घालून वड्या पाडाव्या.

चॉकलेट पिझ्झा

साहित्य : कणीक २ वाट्या, कोको पावडर १ वाटी, मीठ २ ग्रॅम, साखर १० ग्रॅम, यीस्ट १० ग्रॅम, चॉकलेट कॅडबरी २ नग, मिल्क पावडर अर्धी वाटी, पनीर अर्धी वाटी, प्रोसेस्ड चीज अर्धी वाटी, मोझरेला चीज अर्धी वाटी, बटर २ चमचे, मध ४ चमचे

कृती : कणीक, मीठ, कोको पावडर, मिल्क पावडर, साखर एकत्र करून त्याचा पिझ्झा बेस बनवावा. तयार झालेल्या बेसला १० मिनिटं झाकून ठेवावं. त्यावर पनीरचे तुकडे, कॅडबरी चॉकलेट आणि चीज पसरवून पिझ्झा बेक करावा. वरून मधाचे टॉपिंग करून खायला द्यावा. याचा आकार छोटा असावा आणि आइसक्रीमबरोबर सर्व्ह करावा.

फालुदा

शेफ मंडळींच्या तोंडी एक वाक्य हमखास असतं, ते म्हणजे कोणताही खाद्यपदार्थ पहिल्यांदा डोळ्यांनी चाखला जातो आणि मग जिभेनं त्याचा आस्वाद घेतला जातो. डोळे आणि जीभ यांना तृप्ती देणारा असाच एक पदार्थ म्हणजे फालुदा!

फालुदा मूळचा पर्शियन असं म्हटलं जातं. तिथे 'फालुदेह' या नावानं तो ओळखला जात असे. मुस्लीम राजवटीमध्ये फालुद्याचं भारतात आगमन झालं. सुरुवातीच्या काळात हा पदार्थ केवळ राजघराण्यांमध्येच खाल्ला जाई. सर्वसामान्यांपर्यंत फालुदा पोहोचायला मध्ये बराच काळ जावा लागला. गव्हाच्या उकडलेल्या शेवया, फळांचा रस आणि मलई मिसळलेला असा हा फालुदा हे तेव्हाच्या राज्यकर्त्यांचं आवडतं पक्वान्न होतं असं म्हणतात. फालुदा त्या काळातही थंड पदार्थच होता. हिवाळ्यात हिमालयातील बर्फ गच्च बंद अशा लाकडी खोक्यातून आणून तो जमिनीच्या आत वा तळघरात ठेवला जाई. त्या बर्फाच्या मदतीनं खाद्यपदार्थ, फळांचे रस यांना थंडावा दिला जायचा. त्याच पद्धतीनं फालुदादेखील गारेगार करत असत.

काही पदार्थांच्या कृतीतच त्या पदार्थाला काळानुरूप बदलत नेण्याची शक्यता दडलेली असते. फालुद्याच्या बाबतीतही नेमकं हेच झालं. त्यामधल्या गव्हाच्या शेवया, सब्जा, दूध हे पदार्थ तसेच राहिले, पण काळाप्रमाणे यात नवीन घटकांची भर पडत गेली. दुधाबरोबरच आइसक्रीम, जेली, काही वेळा कुल्फीसुद्धा घालून याची चव आजमावली गेली. फालुद्याचा संबंध आधी शाही घराण्याशी जोडलेला असल्यानं यावर सुक्यामेव्याची पखरण तर पूर्वीपासूनच होती, पण आजकाल त्याला

चोकोचिप्स किंवा वॅफल्सचीही साथ मिळू लागली.

बऱ्याचदा एखाद्या पदार्थात इतके घटक मिसळलेले असतात, की तो पदार्थ नेमका कशापासून बनलाय हे कळतच नाही. लहानपणी फालुदा समोर आला की असंच व्हायचं. मात्र त्यातल्या समाविष्ट घटकांची गोळाबेरीज चवीला छान लागते हे कळायचं.

फालुद्याच्या पारंपरिक प्रकारात गुलाब, केशर यांचा वापर अधिकतर असतो. काही फालुद्यांत गव्हाच्या शेवयांऐवजी फळांचे तुकडे वापरले जातात. जगभरातल्या अनेक देशांत फालुदा प्रसिद्ध आहे. मात्र प्रत्येक ठिकाणी तो वेगवेगळ्या नावांनी ओळखला जातो. फिलिपाईन्स मंडळींच्या पारंपरिक डेझर्टची कृती फालुद्यासारखीच आहे. पण नाव आहे 'हालो हालो'. मलेशिया, सिंगापूर इथे फालुद्यासारख्या पदार्थाला 'बांडुंग' म्हटलं जातं.

उन्हाळा असो वा हिवाळा; फालुदा खायचा मूड झाला, की बाहेरच्या ऋतूचा विचार क्षणात गायब होतो आणि मनात एक छानसा गारवा पसरतो. नंतर फालुदा खायचा आहे या कल्पनेनंच जेवण आवरतं घेणारी मंडळी असतात. मिल्कशेक्स, आइसक्रीम, ज्यूस यांच्यासाठी पोट तुडुंब भरल्यानंतरही जागा असते, पण फालुदा खाण्यासाठी ती करून द्यावी लागते. घरच्या घरी केलेला फालुदा असो वा बाहेरचा फालुदा; काचेच्या ग्लासातून आणि आकर्षक रंगसंगतीत तो जेव्हा समोर येतो, तेव्हा त्यावर नजर खिळून राहते. त्यातले वेगवेगळे थर बघून आइसक्रीमवर लक्ष द्यावं, की जेलीच्या आणि फळांच्या तुकड्यांवर डोळा ठेवावा याचं प्लॅनिंग डोक्यात सुरू होतं. खालचा रोझ किंवा केशराचा तळ ढवळल्यावर ती जेली, ते आइसक्रीम, सब्जा, शेवया एकमेकांत मिसळून जो काही स्वाद देतात तो केवळ अप्रतिम असतो! लांबलचक शेवया चमच्यानं खाण्याचं आणि बाकीचं मिश्रण स्ट्रॉनं ओढण्याचं दिव्य पार पाडत फालुद्यात आपण रंगून जातो. खाताना माझ्याकडे आणि फक्त माझ्याकडेच बघा असं सांगणारा हा फालुदा रात्रीची शतपावली किंवा उन्हाळ्यातली पायपीट सार्थकी लावतो. रूपाचा देखणेपणा, चवीतला गोडवा आणि अनुभवातला गारवा या तिन्ही कसोट्यांवर पूर्ण उतरणारा फालुदा एकच गोष्ट सांगतो. थंड घ्या! नवीन पिढीच्या भाषेत 'चिल मारा'!

आइसक्रीम

'सगळ्या ऋतूंत आणि सगळ्या वयोगटांतील लोकांना सर्वाधिक काय खायला आवडतं' असा प्रश्न जर विचारला, तर त्याचं एकच उत्तर मिळेल आणि ते म्हणजे आइसक्रीम! आइसक्रीम हा पदार्थच मुळी असा आहे, की जगातल्या कुठल्याही देशात, कोणत्याही व्यक्तीसाठी तो प्रियच आहे. थंडगार, गोड, मजेदार, चविष्ट, मुलायम, रंगीबेरंगी अशी विशेषणं मिरवणाऱ्या आइसक्रीमचा उल्लेख केल्यावर खाण्याची इच्छा झाल्याशिवाय राहत नाही. त्यात जर उन्हाळ्याचे दिवस असतील तर काही विचारूच नका. या दिवसांत थंडगार, मलईदार आइसक्रीमला सर्वांची पहिली पसंती असते. आजकाल मात्र आइसक्रीम खाण्यासाठी उन्हाळ्याची वाट पाहावी लागत नाही. बाराही महिने आइसक्रीम उपलब्ध असतं आणि वर्षभर त्याला मागणीही असते.

आइसक्रीमची कोणतीच माहिती जेव्हा उपलब्ध नव्हती, त्या सोळाव्या शतकात मोगलांनी कुल्फी तयार करण्याची पद्धत शोधून काढली. खवा, पिस्ते आणि केशर यांचंच मिश्रण गोठवून केल्या जाणाऱ्या पदार्थाचं नाव 'कुल्फी'. कारण कुल्फी तयार करण्याच्या साच्याला 'कुल्फी' असं नाव होतं. त्यानंतर मोगल काळात हिमालयाच्या पर्वतराजींमधून बादल्यांमध्ये बर्फ गच्च भरून तो नद्यांमार्गे सर्वत्र नेला जात असे. साधारणपणे अठराव्या शतकात भारतीयांनी बर्फ तयार करण्याची कृती विकसित केली. अब्दुल फाझलच्या मते मीठ आणि पाणी यांच्या मिश्रणात मातीचं पाण्यानं भरलेलं भांडं ठेवून ते पाणी गार करण्याची पद्धत भारतात प्रथम अकबर राजाने वापरली आणि हीच पद्धत त्या वेळी चीनमध्ये बर्फ बनविण्यासाठी वापरायला सुरुवात झाली. त्यानंतर अठराव्या शतकात फ्रान्स व इंग्लंडमध्येही बर्फ बनवणं व तो वापरून दूध, साखर आणि फळांचे रस याचं मिश्रण गोठवणं या गोष्टी माहीत झाल्या. त्यानंतर या गोठवलेल्या पदार्थाला 'आइसक्रीम' हे नाव फिलिप लेन्सी नावाच्या माणसानं दिलं. तेव्हापासून आइसक्रीमचं लोण सगळ्या जगात पसरलं

आणि त्याची लोकप्रियताही वाढली.

सध्या आइसक्रीम अनेक प्रकारांमध्ये उपलब्ध आहे. आंबा, स्ट्रॉबेरी, सीताफळ, चिक्कू, अंजीर, अननस, ब्लॅक करंट, ड्रायफ्रुट, कोकोनट कुलर, खजूर शेक विथ आइसक्रीम, फालुदा असे असंख्य प्रकार आइसक्रीममध्ये उपलब्ध आहेत. त्याचबरोबर हल्लीच्या ट्रेंडप्रमाणे खासकरून व्हॅनिला आइसक्रीमबरोबर चॉकलेट सॉस, फ्रुट सॉस, कट फ्रुट्स, हनी नुडल्स, गाजराचा हलवा, शाही हलवा, खीर, लहान कालाजामुन, बुंदी असे पदार्थही देतात. त्याला 'ठंडा गरम स्वीट' म्हटलं जातं. म्हणजे डिशमधला एक पदार्थ गारेगार, तर दुसरा गरमगरम! पांढऱ्याशुभ्र व्हॅनिला आइसक्रीमबरोबर हे रंगीत पदार्थ शोभून दिसतात.

आयुर्वेदिक आइसक्रीम

आता तर आइसक्रीममध्ये आयुर्वेदाचाही समावेश होऊ लागला आहे. ब्राह्मी, शतावरी, ज्येष्ठमध, दालचिनी, बडीशेप, गूळ, गुलाबाच्या पाकळ्या आदी गोष्टींचा वापर करून आइसक्रीम बनवण्याचं तंत्रही विकसित झालं आहे. तसंच, मधुमेहाच्या विकारामुळे ज्यांना आइसक्रीमचा आनंद घेता येत नाही, अशा व्यक्तींसाठी खास शुगर-फ्री आइसक्रीम बाजारपेठेत आली आहेत. आइसक्रीमचं क्षेत्र आता इतकं विस्तारलं आहे, की तो आता केवळ उन्हाळ्यातला व्यवसाय राहिलेला नाही, तर बारमाही आणि चांगलं उत्पन्न मिळवून देणारा व्यवसाय झाला आहे.

घरी आइसक्रीम तयार करायचंय?

आइसक्रीमसाठी म्हशीचं दूध मलईसह घेऊन, आटवून ते निम्मं करावं. आइसक्रीमसाठी दूध आटवताना मोठ्या आचेवर ठेवून ते सतत ढवळून आटवावं. यामुळे दुधाचा रंग बदलणार नाही. मंद आचेवर दूध आटवलं तर त्याचा रंग पिवळसर होतो. आइसक्रीममध्ये फळांचे रस घालायचे झाले तर फळांच्या रसात साखर घालून तो रस जाडसर होईपर्यंत आटवून घ्यावा. यामुळे त्यातला पाण्याचा अंश कमी होतो. फळांचा रस आणि दूध दोन्ही थंड झाल्यावर एकत्र करावं. गरम असताना एकत्र केल्यास दूध नासण्याची शक्यता असते. आइसक्रीममध्ये घालण्यासाठी लागणारं क्रीम घरचं वापरायचं झालं तर म्हशीचं दूध फ्रिजमध्ये ठेवून थंड करून घ्यावं. त्यावर येणारी जाड मलई घ्यावी. घट्ट झाकण असलेल्या ॲल्युमिनियमच्या भांड्यात आइसक्रीम सेट करायला ठेवावं. आइसक्रीम व्यवस्थित मऊ होण्यासाठी ते पहिल्यांदा सेट झाल्यावर काढून घेऊन पुन्हा एकदा घुसळावं. मग पुन्हा सेट करायला ठेवावं. आइसक्रीम घुसळल्यामुळे हलकं होतं. घुसळताना त्यात हवा मिसळली गेल्यामुळे ते फुलून येतं आणि त्याच स्थितीत पुन्हा सेट झाल्यामुळे ते बर्फाळ न होता सॉफ्ट होतं.

आहारतज्ज्ञांच्या मते आरोग्यासाठी आइसक्रीम हा पूर्ण आहार आहे. त्यामुळे उन्हाळ्याव्यतिरिक्त अन्य सिझनमध्येही आइसक्रीम खाण्याचा ट्रेंड वाढतो आहे.

ज्याप्रमाणे माणसाच्या राहणीमानात बदल घडत गेला, तसाच बदल त्याच्या आहारातसुद्धा होत गेला. मग या स्पर्धेत आइसक्रीम कसं मागे राहील? आजकाल फ्राईड आइसक्रीम बऱ्यापैकी प्रचलित आहे. याची खरी सुरुवात १८९३ सालच्या शिकागोच्या वर्ल्ड फेअरमध्ये झाली. पण याला लोकप्रियता मिळाली १९७०मध्ये. याला मेक्सिकन पदार्थ म्हणून ओळखलं जाऊ लागलं. नंतर यात आणखी बदल होऊन जगभरात तो प्रसिद्ध झाला. यामध्ये आइसक्रीमचा गोळा कॉर्नस्टार्चच्या द्रावणात बुडवून नंतर खोबऱ्याच्या कीसात घोळवतात. नंतर त्याला डीपफ्रीज करतात. मग हवं असेल तेव्हा गरम तुपात किंवा व्हेजिटेबल ऑईलमध्ये तळून लगेच सर्व्ह करतात.

यानंतर ट्रेंड आला तो गॅस्ट्रोनॉमिकल पदार्थांचा. या प्रकारात आइसक्रीमचा समावेश झाला. लिक्विड नायट्रोजन आणि दुधाचं क्रीम फळांच्या रसात

इन्जेक्ट करून वेळेवर आइसक्रीम बनविण्याची प्रथा सुरू झाली. याची सुरुवात एकोणिसाव्या शतकात लेडी मार्शल यांनी केली. पण या आइसक्रीममुळे जिभेला किंवा पोटाला इजा होण्याची शक्यता असते. त्यामुळे काही देशांत किंवा राज्यांत यावर प्रतिबंधसुद्धा आहे. अजून एका आइसक्रीमचा उल्लेख इथे करायला हवा, ते म्हणजे 'स्टोनक्रश आइसक्रीम'. स्टोनक्रश आइसक्रीम प्रथम १९८८मध्ये मि. डोनाल्ड यानं स्कॉटलँड इथे तयार केल्याची नोंद आहे. यामध्ये दगडाला थंड करून त्यावर क्रीम घालतात किंवा बेसिक आइसक्रीम घालतात. नंतर त्यात वेगवेगळी फळं घालून दोन चमच्यांच्या साहाय्यानं टकटक आवाज करत ते व्यवस्थित एकत्र करतात. तयार झालेलं आइसक्रीम विविध प्रकारे सुशोभित करून सर्व्ह करतात.

असाच आणखी एक लोकप्रिय प्रकार म्हणजे 'रोल आइसक्रीम'. हा प्रकार राजस्थानात उदयास आला. यामध्ये एका मोठ्या लांब टीनच्या ड्रममध्ये मीठ आणि बर्फ यांचं मिश्रण भरतात. ड्रमला एक स्टँडवर ठेवून तो हातानं बराच फिरवतात. या थंड रोलरवर आटवलेलं दूध आणि फळं घालून मग त्याला चमच्याच्या साहाय्यानं खरवडून काढतात.

आपल्याकडे फार पूर्वीपासूनचा आणखी एक प्रकार अजूनही प्रचलित आणि लोकप्रिय आहे तो म्हणजे 'पॉट आइसक्रीम'. यामध्ये लाकडाच्या पॉटमध्ये लोखंडाचा गोल डबा ठेवतात. त्याच्या बाजूनं मीठ आणि बर्फ यांचं मिश्रण भरतात. डब्यात आटवलेलं दूध, आंब्याचा गर किंवा इतर फ्लेवर्स वगैरे घालून तो पॉट फिरवतात. अशा पद्धतीनं तयार केलेल्या आइसक्रीमचीही एक छान आणि वेगळी चव लागते.

मस्तानी

मराठी माणसांसाठी आइसक्रीमबद्दलचा विषय मस्तानीशिवाय पूर्ण होऊच शकत नाही. पुणे आणि पुणेकरांच्या खास वैशिष्ट्यांपैकी एक म्हणजे मस्तानी! पुण्यात साधारण ७५ वर्षांपूर्वी ही मस्तानी अवतरली. शिवाजी रस्त्यावरच्या गुजर कोल्ड्रिंक्सनं मस्तानीची ओळख पुणेकरांना करून दिली. नावातच जादू असलेली मस्तानी वैशिष्ट्यपूर्ण चवीमुळे अल्पावधीतच पुण्यात लोकप्रिय झाली.

पूर्वी दुधात विविध सरबतं घालून मस्तानी तयार केली जात असे. कालांतरानं

त्यात बदल होत गेले. दुधात बर्फ घालण्याऐवजी दुधाला आटवून घट्ट केलं जाऊ लागलं. त्यामुळे दुधाचा एकजिनसीपणा वाढला. त्यात सरबत न घालता विविध फळांचा वापर होऊ लागला. यामुळे मस्तानीची चव अगदी ताज्या फळांसारखी झाली. सुरुवातीला फक्त दोन प्रकारांत मिळणाऱ्या मस्तानीचे आता जवळपास वीसएक प्रकार मिळतात. मँगो, पिस्ता, बटरस्कॉच, चॉकलेट, पायनॅपल हे त्यांतले लोकप्रिय प्रकार. सध्या पेशवाई मस्तानीला ग्राहकांकडून विशेष मागणी असते. मात्र या सगळ्या प्रकारांत अजूनही रसाळ आंब्यापासून तयार केलेली मँगो मस्तानी हा सर्वांत आवडीचा प्रकार आहे. मस्तानीचे दर सर्वसामान्यांना परवडणारे म्हणजे साधारणतः तीस रुपयांपासून ते शंभर-दीडशे रुपयांपर्यंत आहेत. पुण्याबरोबरच मुंबईत, दक्षिण महाराष्ट्रात आणि पश्चिम महाराष्ट्रात मस्तानी प्रसिद्ध आहे.

आइसक्रीम है यह वंडरफुल,
ठंडा ठंडा - कूल कूल!

लेखक परिचय

विष्णू मनोहर
गोविंद भवन,
गोरे पेठ, नागपूर
manohar.vishnu@gmail.com

- आंतरराष्ट्रीय स्तरावरील सेलिब्रिटी शेफ
- पाककृतींमध्ये स्वतःचा वेगळा ठसा निर्माण करणारे यशस्वी हॉटेल व्यावसायिक
- जागतिक स्तरावर आयोजित पाककृतीविषयक परिषदांमध्ये सहभाग
- देशभरातच नव्हे, तर जगभरात अनेक ठिकाणी तब्बल ३५०० 'कुकरी शो'चे यशस्वी आयोजन
- पाककृतीविषयक स्पर्धा, टीव्ही शोजमध्ये तज्ज्ञ म्हणून सहभाग
- स्थानिक, प्रांतीय तसेच देशोदेशींच्या पाककृतींवर आधारित ५५ पुस्तकांचे लेखन
- अनेक वृत्तपत्रांमध्ये स्तंभलेखन
- 'लिम्का बुक ऑफ वर्ल्ड रेकॉर्ड'मध्ये अनेक विक्रमांची नोंद. 'यंगेस्ट आंत्रप्रेनर अॅवॉर्ड', 'सारथी पुरस्कार' यांसारख्या अनेक प्रतिष्ठित पुरस्कारांचे मानकरी

www.ingramcontent.com/pod-product-compliance
Lightning Source LLC
LaVergne TN
LVHW010758051026
849532LV00007B/2404